நிரூபா

ஈழத்தில் இணுவில் கிராமத்தில் பிறந்து பதின்ம வயதில் அகதியாக தன் குடும்பத்துடன் ஜெர்மனிக்கு இடம் பெயர்ந்தவர். தற்சமயம் கனடாவில் வாழ்ந்து வருகின்றார். இளம் வயதிலிருந்து புகலிட இலக்கியம், பெண்விடுதலை சார்ந்த எழுத்துக்களில் ஈடுபாடுடையவர். பெரும்பாலான எழுத்துக்கள் புலம்பெயர்ந்த பெண்களுக்கெதிரான ஒடுக்குமுறை, பெண்விடுதலை சார்ந்த விடயங்களை மையமாகக்கொண்டு எழுதியவை. கனடாவில், பெண்ணிய, சமூக செயற்பாட்டாளராகவும், சமூக ஒடுக்குமுறைக் கெதிரான கலை, இலக்கியம் முன்னெடுப்புகளிலும் இயங்கி வருகின்றார். சுணைக்கிது (2005) சிறுகதைகள், அச்சாப்பிள்ளை (2005) கட்டுரைகள், கதைகள் அடங்கிய தொகுப்புகள் வெளி வந்திருக்கின்றன.

இடாவேணி

எல்லையறியா மனக்காடுகளையும்
ஆழம் அருந்திய அண்டவெளியையும் தேடி

நிரூபா

அணங்கு
பெண்ணியப்பதிப்பகம்

இடாவேணி ∘ நிரூபா ∘ கதைகள்

© நிரூபா

முதல் பதிப்பு: டிசம்பர் 2018 ∘ பக்கம்: 128

வெளியீடு: அணங்கு பெண்ணியப் பதிப்பகம்
3, முருகன் கோவில் தெரு, கணுவாப்பேட்டை, வில்லியனூர், புதுச்சேரி - 605110
email: anangufeministpublication@gmail.com
பேசி: +91 9968454175, +91 9599329181

ஓவியம்: மெலிஞ்சி முத்தன்
அட்டை வடிவமைப்பு: நரேந்திரன்

அணங்கு வெளியீடு: 11

Idaveni ∘ *Nirupa* ∘ Stories

© Nirupa

First Edition: December 2018 ∘ Pages: 128
Published by: Anangu Feminist Publication
3, Murugankoil Street, Kanuvapet, Villianur, Puducherry - 605110

Wrapper Design: Narendran

ISBN: 978-81-935787-5-9

விற்பனை உரிமை - எதிர் வெளியீடு
96, நியூ ஸ்கீம் ரோடு. பொள்ளாச்சி - 642 002
தொலைபேசி: 04259 226012. +91 99425 11302
www.ethirveliyedu.in

விலை: ரூ.130

உள்ளே

மலர்	11
நீலச் சூரியன்	22
லூமினா நேபிலா	29
காவோலை	42
கசப்பூ	53
கையடை	65
கட்புலனாகாக் காட்சிகள்	75
நாலுண்டிக் கனவுகள்	83
பச்சை மனங்கள்	91
கால அமுது	99
தஞ்சம் தாருங்கோ	113
கனவுச் சுரங்கம்	120

அலட்சியம் செய்யப்பட்ட முதுமைக்கு...

கதைகள் பற்றி

இடாவேணியில் தொகுத்திருக்கும் பெரும்பாலான கதைகள் கடந்த மூன்று வருடங்களில் எழுதியவை.

"சுணைக்கிது", "அச்சாப்பிள்ளை" நூல்கள் எழுதப்பட்டிருக்கும் மொழிகளிலிருந்தும், உத்திகளிலிருந்தும் மிகவும் வேறுபட்ட உத்திகளையும் அனுபவங்களையும், மனநிலைகளையும் கோர்த்துப் புனையப்பட்ட கதைகளை வாசிக்கும்போது உங்களுக்கும் புது வகையான வாசிப்பு அனுபவம் உண்டாகலாம்.

2005ல் வெளியாகிய "சுணைக்கிது" முழுக்க முழுகச் சிறுபிராயத்து கிராமத்து அனுபவங்களையும், எமது ஊர் மொழி நடையையும் கொண்டிருந்தது. வாசகர்கள் மனதில் வித்தியாசமான தாக்கத்தினை ஏற்படுத்தியது. பெரும் பகுதி யதார்த்தச் சூழலையும், குறைந்தளவு புனைவும் கலந்து எழுதப்பட்டது சுணைக்கிது. சிறுவயது அனுபவங்களை மீட்டல், பதிவு செய்தல், ஏனையவர்களுடன் பகிர்ந்துகொள்ளல் என்பன ஒருவகையில் ஆற்றுப்படுத்தலாக அமைந்தது. யாழ்ப்பாணத்தில் தாதி வேலை கற்றுக் கொடுக்கப்படும் கல்வி நிலையம் ஒன்றில் ஆசிரியரால் சுணைக்கிது நூல் கற்பவர்களுக்குப் பரிந்துரைக்கப்பட்டது என்று அறிந்தபோது "சுணைக்கிது" சிறிதளவிலேனும் இவ்வகையில் பயனுள்ளதாக இருப்பது மகிழ்சியையும், இடாவேணியை வெளியிடுவதற்கான தெம்பையும் தருகின்றது.

"அச்சாப்பிள்ளை" கட்டுரை வடிவங்களையும் அவற்றுடன் தொடர்புடைய கதைகளையும் கலந்த வித்தியாசமான ஒரு வடிவத்திற்கான முயற்சிதான். இந்த வடிவம் வாசகர்கள் மத்தியில் பெரிதும் தாக்கத்தினை உண்டு பண்ணவில்லை.

இடாவேணி...

வெவ்வேறு காலத்து அனுபவங்களைக் குறிப்பிட்ட மூன்று வருடகாலத்தில் உருவாகியிருந்த வித்தியாசமான மனநிலையிலிருந்து எழுதியது. இந்த மனநிலையைக் கதைகளில் பல இடங்களிலும் காணலாம்.

பதின்ம வயதில் முதன் முதலில் எழுதிய சிறுகதையை எனது தாயார் திருத்தித் தந்து மேலும் எழுத ஊக்கமளித்தார். எனது தாயும் தந்தையும் தமிழ் மொழியை மிகவும் நேசித்தவர்கள். 2015ல் அவர்கள் இருவரையும் என்றைக்குமாய் இழந்ததன் பின் இறுக்கமான மனநிலை ஒன்று உருவாகியிருந்தது. கூடவே மனித வன்முறைகள், செயற்கைத்தனமான போலி வாழ்வை விரும்பும் மனிதர்கள், அன்பையும் நட்பையும் தேடியலையும் மனம், கனடா நாட்டில் கைவிடப்பட்ட தமிழ் முதியவர்கள், எனது உறவுகளையும் நான் வளர்ந்த நாடாகிய யேர்மனியையும் பிரிந்து வாழும் துயரம் என்பன இன்னொரு மனநிலையையும் ஏற்படுத்தியிருந்தது. இந்த மனநிலைகளிலிருந்து கடந்து செல்ல அல்லது தப்பிச் செல்ல எனக்குள் உண்டான புனைவுலகை உங்களுக்கு எனது கதைகளினூடாக காண்பிக்கின்றேன். என்னுடைய அனைத்துக் கதைகளிலும் அடித்தளமாக இருப்பது மனிதர்கள் மீதான நேசிப்பு. இந்த நேசிப்புடன் வாசிக்கும்போது உங்களால் கதைகளுடன் இணையக்கூடியதாக இருக்கும் என்று நினைக்கிறேன்.

அகதியாக யேர்மனியில் நிறவாத, இனவாத அனுபவங்களுடன் வாழ்ந்த ஞாபகங்கள் இன்னமும் எனக்குள் அதிர வைக்கின்றன. ஆனால் அவ்வனுபவங்களைப் பேசும் கதைகள் இடாவேணியில் ஒன்று இரண்டு கதைகள் மட்டுமே சேர்க்கப்பட்டுள்ளன. கதைகளைத் தொகுத்து முடிக்கின்றபோதுதான் இந்த விடயத்தை என்னால் உணர முடிந்தது. சமகாலப் பிரச்சினைகளைப் பேசும், இன்றுவரையில் தொடர்ந்துகொண்டிருக்கும் கனடாவாழ் தமிழ் முதியவர்கள் சந்திக்கும் பிரச்சினைககள் பல கதைகளாக உள்ளன.

என்னளவில் ஒரு சுதந்திரமான மனுசியாக வாழ்ந்துகொண்டிருக் கின்றேன்தான். ஆனாலும் கண்காணிப்புகளும், கண்களுக்குத் தெரியாத கட்டுப்பாடுகளும் கொண்டுள்ள கனடா புகலிட தமிழ்ச் சமூகத்தில், ஒரு பெண்ணாக இன்றும் என்னை 'எடிட்' செய்தே

எழுத வேண்டிருக்கின்றது. மேலும் குடும்பத்தில் இருக்கக்கூடிய கடமைகளை நிறைவு செய்ய நேரம் ஒதுக்கி, இன்றைய முதலாளித்துவ சமூகத்தில் வாழ்வதற்கான சவால்களையும் வென்று, மேற்குறிப்பிட்டது போலான சில மனநிலைகளையும் சமாளித்து, சொரிந்து கிடக்கும் ஆண் எழுத்தாளர்களுக்கு மத்தியில் இலக்கியச் சவால்களையும் ஏற்று, இக்கதைகளை எழுதித் தொகுப்பது பெரும் வேலைதான்.

பதின்மூன்று வருட இடைவெளியில் வெளிவரும் இக்கதைகள் பற்றிய உங்கள் மனம் திறந்த அபிப்பிராயங்களே இனியும் என்னை மீள் பரிசீலனை செய்யவும், தொடர்ந்து எழுதவும் ஊக்கமளிக்கும்.

அவ்வப்போது இக்கதைகளை வாசித்துத் தமது அபிப்பிராயங்களைத் தெரிவித்தும், எழுத்துப் பிழைகளைத் திருத்தியும் தந்த எனது இனிய கனடா வாழ் நண்பர்களுக்கும் பேரா. க. ஜவகருக்கும், அணங்கு பதிப்பகத்திற்கும் மனமார்ந்த நன்றியும் அன்பும்

நிரூபா
31.08.2018
nnirupa@yahoo.de

மலர்

ஒரு நாள் அருள்மொழி தனது சினேகிதியிடம், பூந்தடி ஒன்றை ஆசையாக வாங்கி வந்தாள். மதியழகனுக்கும் பூங்கன்று என்றால் சரியான விருப்பம். இரண்டு பேரும் சேர்ந்து வீட்டு வளவின் வடக்குப் பக்கமாக நெல்லி மரத்துக்கும் கொய்யாவுக்கும் இடையில் இருந்த ஒரு செவ்வரத்தைக்கு நேர் எதிரில் அதை நட்டனர். மதியழகனுக்குச் சரியான சந்தோசம். எப்பவும் அருள்மொழி ஏதாவது நல்ல பூங்கன்றுகள் கொண்டு வருவாளென்று தெரியும். இரண்டு பேருக்கும் ஒரே ரசனைதான்!

கொஞ்ச நாளிலேயே மண்ணோட சினேகிதமாகி தன்னுடைய மெல்லிய, ஆனால் உறுதியான குறுணி வேர்களை நுழைத்துக் கொண்டாள் புதியவள். மண்ணுக்குக் கொஞ்சம் தண்ணி ஊற்ற அதுவும் இளகி வேருக்கு விட்டுக் கொடுத்தது. மதியழகனும், அருள்மொழியும் வேற வேலை இல்லாத மாதிரி இதோடையே மினக்கெட்டுக்கொண்டு இருந்திச்சினம். இரண்டு பேருமே வேலைக்குப் போற ஆட்கள்தான், ஆனாலும் போக முதலும் வந்தாப் பிறகும் மாறி மாறிக் கவனிச்சினம். அது நல்ல சிவப்பு மண்ணல்லோ! ஊத்த, ஊத்த உறிஞ்சி, உறிஞ்சித் தடிக்கும் அனுப்பிக்கொண்டே இருந்தது.

எப்பவுமே பொழுதுபட்ட நேரத்தில் தம்மோடை மினக்கெட்டவர்கள் இப்படி தங்களின் பிரச்சினைகளைத் தலையில் போடாமல் தாமும் தம்பாடுமென்று அந்தத் தடிக்கு மட்டுமே இவ்வளவு முக்கியத்துவம் கொடுப்பதைப் பார்த்து மல்லிகைகள் இன்னும் கூடுதலாக வாசனையை எழுப்பிக் கவரப்பாத்தினம். ஆனால் அது வேலை செய்யேல்லை. அவர்கள் விடாப்பிடியா அந்தத் தடியோடைதான் மினக்கெட்டிச்சினம். முட்டைக் கோதுகள், தேயிலைச் சாயம் என்று சத்துச் சாப்பாடுகள் கொடுத்திச்சினம். மதியழகனுக்கும், அருள் மொழிக்கும் சரியான நம்பிக்கை. அது ஒரு பூவையென்றாலும் தருமென்று.

சிறுவர்களின் கலகலப்பில் தானும் புழுகத்தில் ஏறிக் குதித்தது புழுதி. அவர்கள் கண்களைப் பொத்தி அழ வைத்து, தான் மட்டும் சிரிக்கலாம் என்று அது நினைத்தது. ஏமாற்றம். அவர்கள் கண்களைக் கசக்கினார்களேயொழிய கலங்கவில்லை, எதுக்கும் துணிந்தவர்கள். ஒருவரை ஒருவர் பிடித்து இழுத்துப் பாய்ந்து விழுந்தார்கள். புழுதிக்கு நோகுமென்றுகூட நினைக்கவேயில்லை. புழுதிகளுக்குள் மங்கலான ஒரு உருவம் தெரிஞ்சது. அப்பதான் ஜீவி பார்த்தாள். ஒரு அக்கா! முழுப் பாவாடை கட்டி இரட்டைப் பின்னலுடன் இவர்களையே கண்வெட்டாமல் பார்த்து நின்றாள். ஜீவிக்கு அதுக்குப் பிறகு தாச்சியில் நாட்டங் குறைஞ்சு அக்காவில்தான் முழுக்கக் கண் மொய்த்தது. அந்த அக்காளை அவள் முன்னர் பார்த்ததேயில்லை. வட்ட முகம், பெரிய பெரிய கால்களும் கைகளும். ஜீவிதான் பொறுமை இல்லாமல் தானாகக் கதைத்தாள்.

“நீங்கள் ஆர்? நான் உங்கள முந்தி ஒருக்காலும் பாக்கேல்லை?” கேட்டாள். உடனேயே பதில் சொல்ல விடாமல் “என்ன பெயர்?” என்றும் கேட்டாள்.

தான் கொழும்பில் இருப்பதாகவும் தன்னுடைய ஊரும் அதே ஊர்தான் என்றும் தான் வருடத்துக்கு ஒரு முறைதான் பெற்றோருடன் விடுமுறைக்கு வருவதாகவும் கூறினாள் அக்கா. ஆயினும் ஜீவிக்கு நம்ப முடியாமல் இருந்தது. ‘இவ்வளவு காலத்தில ஒருநாள் கூடப் பார்க்கேல்லையெண்டு’ நினைத்துக் கொண்டாள் தனக்குள்.

ஜீவி அந்த அக்காவை விளையாடக் கூப்பிட்டாள். புனிதம் மறுத்தாள். ஜீவிக்குத் தெரியும் மாட்டன் என்றாலும் வருவா என்று. ஏனென்றால் எத்தினையோ நாள் ஜீவீன்ர அம்மா வீட்ட வாறாக்களிட்டை தேத்தண்ணி குடிக்கச் சொன்னால் முதலில் மறுப்பார்கள், ஆனால் பின் குடிப்பார்கள். அது தமிழாக்களின்ரை கலாச்சாரம். அப்படித்தான் என்று நம்பினாள். நம்பிக்கையில் தூசி விழுந்தது. புனிதம் அக்கா கடைசிவரை விளையாட வரவில்லை. அத்துடன் ஒரு பாறாங் கல்லும் வந்து விழுந்தமாதிரி ஒரு வயது போனவர் வந்து

“விடுப்புப் பாத்தது காணும். வா இப்ப வீட்ட.” என்று புனிதத்தின் கையைப் பிடித்து விறுவிறென்னு இழுத்துக்கொண்டு, ஜீவியின் கண்ணிலிருந்து மறைந்தார்கள்.

இதற்கிடையில் தடியிலிருந்து வேர்கள் தம்மை நீட்டி மண்ணுக்குள் தாராளமாக இடம் பிடித்தன. மண்ணும் கொஞ்சம்கூட மறுக்கவேயில்லை. அது இதுவரை எத்தனை கன்றுகளையும், செடிகளையும் இது போன்ற தடிகளையும் பார்த்துவிட்டது. இப்போது இந்தத் தடி செய்யும் வேலையெல்லாம் அதின்ரை வேர்த் தூசு.

இளம் பெடியங்களுக்கு மீசை அரும்புவதுபோல் சிறிதாக ஏற்கனவே இருந்த குருத்துப் பச்சை முட்கள் தன் மார்புகளை நீட்டத் தொடங்கிவிட்டன. அப்போதுதான் மதியழகனுக்கு நெஞ்சுக்குள் கொஞ்சம் தண்ணி வந்தது. இது சரியான குட்டியென்றபடியால் எல்லோருக்கும் கவனம் இவாவிலதான். கொஞ்ச நாள்தான் போனது. அதிலிருந்து ஒரு மொட்டு வந்தது. அருள்மொழிக்கும் மதியழகனுக்கும் புழுகமெண்டால் சொல்லத் தேவையில்லை.

பக்கத்து வீடுகளுடன் புழுகத்தைப் பகிர முடியவில்லை. அவையள் பொறாமைப் படுவினமென்று நினைத்தார்கள். தங்களுக்குள்ளேயே புழுகத்தை அனுபவித்து அந்த அழகான நீண்ட காத்திருப்பிற்குப் பின் வந்த அதிசயத்தை மலர் என்று பெயர் சூட்டி ரசித்தனர். மதியழகனின் மனம் ஒற்றைக் காலில் எட்டுக்கோடு விளையாடுவதுபோல் துள்ளிக்கொண்டு நின்றது புழுகத்தில். அருள்மொழிக்கும் சொல்லத்தேவையில்லை.

இன்னுமொருநாள் ஜீவி கோயிலடியில் இருந்த மரத்தடிக்குப் போனாள். விழுந்து கிடக்கும் பூக்களைச் சேகரிக்க. அந்தன்று பாருங்களேன் நிறையப் பூக்கள். அவளுக்கு எதைப் பொறுக்குவதென்றே தெரியேல்லை. சில நாட்களில் என்றால் தேடித்தான் பொறுக்க வேண்டும். ஜீவிக்குப் பயங்கரப் புழுகம். அவள் எதிர்பார்க்கவேயில்லை, புனிதம் அக்கா அங்கையும் வருவா என்று. அவாவையும் கொஞ்சம் பூப்பொறுக்கித் தருமாறு கேட்டாள். அவாவும் சேர்ந்து பொறுக்கினா. இடையில் “நான் ஒரு கவிதை எழுதினனான். வாசிக்கட்டோ?” என்று கேட்டா. ஜீவிக்கு விருப்பமில்லை. தன்ரை வேலை மினக்கெடும். ஆனால் வேறு வழியில்லை. சரியாகக் கசங்கின பேப்பரில் இருந்ததைப் படித்தா புனிதம்.

புனிதம் தனது கவிதை எப்படி என்று ஜீவியிடம் கேட்டாள். ஜீவி “சூப்பர்” என்றாள். “எப்பிடியக்கா எழுதினனீங்கள்?” என்றும் கேட்டாள். உண்மையிலேயே ஜீவிக்கு கவிதை என்றாலே

என்னவென்று தெரியாது. அவள் சின்னப் பெட்டை. புனிதம் ஒரு வெகுளி. ஜீவீட்டைப் போய்க் கேட்குதெண்டா அதின்ரை அறிவெங்க போச்சு? நம்பிற்றுதெண்டால் பாருங்கோவன். ஆனால் ஜீவிக்கு இப்ப பூப் பொறுக்கிறதுதான் முக்கியம்.

கடும் யுத்தம் நடந்துகொண்டிருந்த காலத்தில், அருள்மொழியும் மதியழகனும் நாட்டை விட்டு வெளியேறத் தீர்மானித்ததில் தமது மலரையும் எடுத்துச் செல்வது பற்றி யோசனை செய்து, பின் எடுத்துச் செல்வது என்று ஒரு முடிவுக்கு வந்து சேர்ந்தனர்.

அழுது குளறிய மண்ணின் கண்களைத் துடைத்து, கவனமாகப் பிடுங்கி ஒரு பொலித்தீனில் வைத்து திரும்பவும் இன்னொரு பொலித்தீன் பையினுள் வைத்தனர். இவ்வளவு ஏற்பாடும் கொழும்பு சேரும்வரைதான். அதற்குப் பின்னர் அருள் மொழியின் சினேகிதி கூறியது போன்றே செய்வார்கள். ஆயினும் இருவருக்கும் கொஞ்சம் ரென்சன்தான். வெளிநாட்டுக்குப் போறதே விசா இல்லாமல். பிறகு பூக்கண்டும் கள்ளக் கடத்தல்தான். மதியழகன் எதற்கும் துணிந்துவிட்டார். அருள் மொழிக்குச் சிறிது தயக்கம், ஆனால் மலரை விட்டுப்பிரிய மனமேயில்லை. சிலர் தமது சின்னப் பிள்ளைகளைக்கூடப் பிரிந்து வெளிநாடு செல்கிறார்கள்தான். பின்னர் வந்து கூப்பிடுகிறார்கள். பணிப்பெண்களாக போறவர்களும் இதே மாதிரித்தான். சிலர் திரும்பி வாறநேரத்திலை பிள்ளைகள் வளர்ந்துவிடுவார்கள். அம்மம்மாவோ சித்தியையோதான் தாய் என்று நம்பி வளர்கிறார்கள். வேற வழியில்லாட்டி என்னதான் செய்யமுடியும்? சொந்தப் பிள்ளைகளையே இப்பிடித்தான் செய்யவேண்டியிருக்கு. ஆனால் அருள்மொழி வெளிக்கிடுறதெண்றால் மலரோடைதான் என்று முடிவு செய்திட்டார்.

கொழும்பில் 14 பகல்களும் 13 இரவுகளும் போலந்தில் ஒன்றரை மாதங்களும் என்று ஒரு மாதிரி மலரை 'உள்ளே' கொண்டு வந்தாச்சு. அது வாடி வதங்கி ஏனோதானேவென்று செழித்த ஐரோப்பிய தேசம் ஒன்றிற்குள் இடது காலெடுத்து வைத்து உள்நுளைந்தது. அகதிகள் விண்ணப்பங்கோரும் பிரச்சனை ஒரு பக்கம், மற்றது மலரைத் தப்ப வைக்கும் போராட்டம் மறுபுறமுமாய் மதியழகனும் அருள் மொழியும் பெரும் சிக்கல் பட்டனர். அத்தோடு குளிர்காலமென்றதால் கைகளெல்லாம் வீட்டுக்குள் இருக்கும்போதே விறைத்துவிடும். தாம் இருந்த

14 நிரூபா

அகதிகள் முகாம் அறையின் யன்னல் கரையில் மலரை வைத்திருந்தனர்.

"உது தப்பாது." என்றும் உறுதியாகக் கூறி எப்படியாவது அரை உயிருடன் இருந்த மலரை எல்லாருமாகச் சேர்ந்து ஒரேயடியாக முடித்துவிடலாம் என்ற தோரணையில் பேசினார். ஆனால் மதியழகனும் அருள் மொழியும் லேசுப்பட்ட ஆட்கள் இல்லை. விட்டுக் கொடாத முயற்சியினால் உயிர் பிழைத்துத் தன் விழிகள் சிரித்து நின்றாள் மலர்! அவர்கள் அகதிகள் முகாம் விட்டு வீடு புகுதலிலும் கூடவே கவனமாகக் கூட்டிச் சென்றனர்.

இரு குளிர்காலங்களும் ஒரு கோடையும் விடைபெற்றுச் சென்று இலையுதிர்த்தி அழுதுகொண்டிருந்த பொழுதொன்றில்.. அருள் மொழியின் ஜேர்மன் நண்பிகளில் சிலர் "மலர்" அழகாக இருக்கிறாளென்று புகழ்ந்தனர். தமிழ் நண்பிகள் "இது சிலோன் பூ மாதிரியே இல்லை." என்றும் குறை பேசிக் கொண்டனர்.

வந்த காலத்திலிருந்து இப்போது நிறம் சிறிது மாறி அழகாக இருந்தாள் மலர். அருள்மொழியும் மதியழகனும் அதில் உயிரையே வைத்திருந்தபடியால் தமிழ் நண்பர்கள் சொன்னது பிடிக்கவில்லை. அவர்களிடமிருந்து இடைவெளியையே விரும்பினர். அதனால் ஜேர்மன் நண்பர்களின் பழக்கம் அதிகமானது.

பக்கத்து வீட்டு பேற்றிரா ஒரு நாள் வந்திருந்தாள்.

"இந்தப் பூ வித்தியாசமாய் இருக்கிறது." என்றவாறு மலரைத் தொட்டுத் தொட்டுப் பார்த்தாள். அருள்மொழிக்குச் சங்கடமாக இருந்தது.

'நாங்களே மலரை இப்படி தொட்டுப் பார்ப்பதில்லை. இவா தொடாமல் பார்க்கலாம்தானே'.

"என்ன பெயர்?"

"மலர்." என்று தமிழ் உச்சரிப்புடனேயே சொன்னாள்.

"என்ன ஒரு மாதிரிப் பெயராய் இருக்கு?"

"உங்களுக்கு வித்தியாசமாய் இருக்கும். இது தழிழ்ப் பெயர். எனக்குச் சரியான விருப்பம்." என்றாள் அருள்மொழி.

"மாலர்." என்றாள் பெற்றிரா

"இல்லை. மலர்." தேன்மொழி திரும்பவும் சொன்னாள்.

"மலார்."

"மலர். மலர். மலர்." அருள்மொழிக்கு எரிச்சலாக இருந்தது.

இது ஒரு சின்னப் பெயர்தானே. இதைக்கூட சரியாக உச்சரிக்க முடியவில்லையென்றால்? "நான் 'றோஸ' என்று யெர்மன் மொழியிலேயே கூப்பிடப்போறன். எனக்கு அதுதான் சுகம்." என்றாள் பேற்றிரா. அருள்மொழிக்குத் தெரிந்த தமிழர்கள் சிலர் தங்கள் தமிழ்ப் பெயரை அவர்களின் யேர்மன் நண்பர்களால் உச்சரிக்க முடியாது என்று மாற்றி வைத்துள்ளனர்.

ஆனால் இருவருக்கும் மலரை மலர் என்றுதான் கூப்பிடவே விருப்பம். ஒருநாள் "யேர்மனியை உச்சரிக்கக் கடினம். அதனால் யார்மனி என்று சொல்லட்டோ?" என்று கேட்க பேற்றிராவுக்குக் கோபம் வந்துவிட்டது.

"நீ அப்பிடியெல்லாம் சொல்லேலாது. உங்கடை பெயர்கள் கஸ்ரம். மடி(மதியழகனை)." என்றாள்.

பச்சைத் தலைமுடி விரித்து அழகான சிகப்பு நிறத்தில் தலைநிமிர்த்தி நின்றாள் மலர். எவ்வளவு சொல்லியும் "றோஸ" என்றே நண்பர்கள் கூப்பிட்டனர். மதியழகனும் அருள்மொழியும் எப்போதும் மலரை மலர் என்றே அழைத்தனர். மதியழகனுக்கும் அருள்மொழிக்கும் தெரியும் எப்பிடித்தான் பேற்றாவும் வேறு நண்பர்கள் மலரை ரசித்தாலும் அவள் அழகென்று வாய் நிறையச் சொன்னாலும் அவர்களுக்கு அவர்கள் வீட்டு "ரோஸ" தான் எப்பவும் செல்லப் பிள்ளைகளும் அழகுகளும்.

பேருந்தில் பின் பகுதியில் உயரமான இருக்கையில் இருந்தாள் ஜீவி. 510 எண் பேருந்து நகரின் நடுப்பகுதிவரைதான் போகும். பின் இன்னொன்று மாறவேண்டும். நீளமாக இரண்டு பெட்டிகளுடன் அது தன்னைக் கஸ்ரப்படுத்தி இழுத்துக் கொண்டு செல்வதாக உணர்ந்தாள்.

ஜீவிக்குச் சரியான கோபம். 'எப்ப பார்த்தாலும் இப்பிடித்தான் யாராவது கேட்பினம். இப்ப பியங்கா கேட்டமாதிரி.'

"Wo kommst du her?" (நீ எங்கயிருந்து வந்தாய்?) விளங்கிக் கொள்ளாததுபோல் பதில் சொன்னாள்.

"இங்கயிருந்துதான் வாறன்."

"அப்ப உன்ரை உண்மையான நாடு எது?"

ஜீவிக்குக் கோபம் வந்தது. "டொச்லான்ற்" (ஜேர்மனி) என்றாள்.

ஆனால் பியங்கா விடுவதாக இல்லை எப்பிடியும் ஜீவியின் தொண்டையைப் பிடித்து நெரித்துப் பதில் வாங்கித்தான் விடுவாள். பிரஜாவுரிமை எது என்று கேட்டாள்.

“டொச்” என்றாள்.“ ஜீவி.

“என்ர அம்மா அப்பா பிறந்து வளர்ந்தது இலங்கை. நானும் இலங்கைதான்.” இப்பதான் பியங்காவுக்கும் முகம் மலர்ந்தது.

“ஆனால் எனக்கு அங்கை ஒருத்தரும் இல்லை. சூல் புறோய்ன்ட (பள்ளி நண்பர்கள்) இல்லை. எனக்கு டொச் சாப்பாடு பிடிக்கும். சில விசயங்களை டொச் மொழியால மட்டும்தான் சொல்லலாம். இப்ப நான் பிறந்த நாட்டுக்குத் திரும்பிப்போனா முந்தியிருந்தமாதிரி சந்தோசமாக இருக்கேலாது. இப்ப எல்லாம் எனக்கு இங்கதான். இதுதான் என்னுடைய நாடு.” ஜீவி கடகடவெனச் சொல்லிக்கொண்டே போனாள். பியங்கா ஒன்றும் சொல்லவில்லை.

ஜீவி கதவுக்கு அருகில் இருந்த பெல்லை அழுத்தியபோது செல்வி எபிங்கவுஸ் சிரித்த முகத்துடன் வந்து திறந்தார். ஆனாலும் அது முழுமையான சிரிப்பல்ல என்பதை ஜீவி தெரிந்துகொண்டாள். தன்னுடைய சினேகிதி செல்வி எபிங்கவுஸ் வீட்டுக்கு வந்துவிட்டாலே மகிழ்ச்சிதான். அவரும் ஜீவியின் தாயும் சமனான வயதுடையவர்கள்.

எபிங்கவுஸ் ஏதோ ஒரு கோபத்துடன் இருக்கிறார். அது ஜீவிமேல் உள்ள கோபமல்ல. அவருக்கு ஒரு புதுப் பிரச்சினை. செல்வி எபிங்கவுசோடு பலவிடயங்களைப் பகிர்ந்து கொள்ளுமளவிற்கு அவள் நெருக்கம். நேற்று பியங்காவுடன் பேசிய விடயம் பற்றி செல்வி எபிங்கவுசுடன் பேசினால்தான் ஆறுதலாக இருக்கும். ஆனால் எபிங்கவுஸ் இன்று வேறு பிரச்சினையில் இருக்கிறார் என்பதைச் சில நிமிடங்களிலேயே தெரிந்து கொண்டதால் எதையும் ஆரம்பிக்கவில்லை.

பக்கத்து வீட்டுச் செரி மரத்தின் கொப்பு எபிங்கவுசின் வளவுக்குள் நுழைந்து அவரைத் தொந்தரவு செய்து கொண்டிருந்தது. தொந்தரவென்றால் போகவர அது இடித்து கொண்டிருந்தது என்றல்ல. சின்ன மரம்தானே. அது இலையுதிர் காலத்தில் சருகுகளைக் கொட்டும். இவர் வயதுபோன மனுசி. வீட்டு வேலைகள் செய்வதற்கு போலந்து நாட்டைச் சேர்ந்த ஒரு பெண்ணை ஒழுங்குசெய்து வைத்திருக்கிறார். தன் வளவுக்குள் இருக்கும் தனது செரிமரத்தில் மேலேறிப் பழங்களைப் பிடுங்கவும் ஒருவர் இருக்கிறார். ஆனால் தனது மரம் கொட்டும் சருகுகளை அவர்தான் அள்ளவேண்டும். பக்கத்து வீட்டுச் செரிமரத்தின்

சருகுகளை செல்வி எபிங்கவுஸ்தான் ஏன் அள்ள வேண்டும். அதுமட்டுமா? அவரின் வளவுக்குள் என்னத்துக்குத் தேவை யில்லாமல் இன்னொராளின்ரை? அதனால் இடையிடையே பிரச்சினை வந்து விட்டது. மரம் சொல்லுக் கேட்காது. மனிசற்றை பிரச்சினையும் புரியாது. அது தன்ரபாட்டிலையே வளரும். வளர வளர என்ன நடந்தது தெரியுமே? அது எபிங்கவுஸ் வீட்டுப் பக்கமாகக் கூட வளர்ந்தது.

‘இப்பிடியே வளர்ந்துகொண்டுபோனா அவையளின்ர மரத்தின்ர குப்பை எல்லாத்தையும் தான்தான் அள்ளவேண்டி வரும்.’ எபிங்கவுசுக்கு இது ஒரு பெரிய பிரச்சினை.

எபிங்கவுஸ் தொடர்ந்து பேசிக்கொண்டிருந்தார். மரப் பிரச்சினைதான். ஜீவிக்கு என்ன சொல்வதென்றே தெரியவில்லை. அவர் இன்று அவளுக்குத் தண்ணீரோ ரீயோ தர மறந்திட்டார். ஜீவி தானே எழுந்து தாகமாக இருக்கிறதென்று சமையலறைக்குச் சென்று தேனீர் போட்டுக் குடித்தாள். ஏதோ பெரிய முடிவு எடுத்தமாதிரி சொன்னார் “நான் நகரசபைக்கு அறிவிக்கப் போறன்.” என்று.

பியங்காவின் கேள்விகளுக்கு ஜீவி கெட்டித்தனமாக பதில்கள் கூறினாள்தான். ஆனாலும் அவளுக்கு எதைத் தன் தாய் நாடு என்று கூறுவதென்ற குழப்பம் மண்டையைக் குடைந்து கொண்டிருந்தது. கேள்விக்குப் பதில் தேடாமலேயே எபிங்கவுஸிடமிருந்து விடைபெற்றாள்.

‘டொச்லாந்துதான் என்ர நாடோ? அல்லது ஊரோ? அம்மாவும் அப்பாவும் ஈழம்தான் எங்கடை நாடு எண்டு சொல்லினம். ஆனா எனக்கு எது என்ர நாடு எண்டு வடிவாச் சொல்லேலாமல் இருக்கு.’

மரமோ வளர்ந்துகொண்டே இருந்தது. பக்கத்து வீட்டுக்காரர் ஒரு டீலுக்கு வந்தினம்.

“உங்கடை பக்கம் காய்க்கிற பழங்களை நீங்களே பிடுங்கலாம்.” என்று. ஆனால் எபிங்கவுஸ் சம்மதிக்கேல்லை. “பழமும் வேண்டாம் ஒண்டும் வேண்டாம். நான் கரைச்சல் இல்லாமல் இருக்கவேணும்” என்று சொல்லீட்டார். எழுபது வயது தழும்பிய மனிசிக்குக் கரைச்சலாகத்தானே இருக்கும்.

எபிங்கவுஸ் வீட்டை எட்டிப்பார்த்த கொப்புக்கு புதினம் தேவைபோல. இங்காலப் பக்கமாகத்தான் கூடுதலாக வளர்ந்துகொண்டிருந்தது.

நகரசபைக்காரர் வந்து பார்த்து ஓடர் போட்டு, கொப்பு ஒரு நாள் தறிபட்டது. ஒற்றைக் கையில்லாத ஆள்போல நின்ற மரத்தைப் பார்த்துக் கவலையுடன் எபிங்கவுஸ் வீட்டுக்கு வந்துபோனாள் ஜீவி. ஆனால் அவளுடைய நாடு பற்றிய கேள்விகளுக்குத்தான் இன்னமும் பதில் இல்லை.

ஒரு நாள் ஜீவியிடம் பியங்கா சொன்னாள். நீ கோப்பி போல இருக்கிறாய் என்று. அவளுடைய வகுப்பில் இருந்தவர்கள் பலர் சிரித்தார்கள். யாராவது பியங்காவை ஏசுவார்கள் என்று எதிர்பார்த்தால் அல்பிறெட்டும் சேர்ந்துதான். அல்பிறெட்டில் ஜீவிக்குச் சரியான விருப்பம். அவளுக்கு அழுகை வந்தவிட்டது.

ஆனால் பிறகு அல்பிறேட் உடனே பியங்காவுக்குச் சொன்னான் "நீ ஒரு குரங்குமாதிரி இருக்கிறாய்." என்று.

பியங்காவுக்கு முகமே மாறிவிட்டது. அல்பிறேட் ஜேர்மன் பெடியன். அவன் ஒருநாளும் ஜீவியுடன் சேர்ந்து நிற்பானெண்டு நினைக்கவேயில்லை. வெள்ளைத் தோலெண்டாலும் றுமேனியா விலிருந்து வந்தவர்கள்தான் பியங்காவின் பெற்றோர். ஆனால் பியங்கா ஜேர்மனியில்தான் பிறந்தாள்.

ஜீவிக்குத்தான் அல்பிறேட் கதைத்தது மகிழ்சியாக இருந்தது. அல்பிறேட்டில் விருப்பம். நிறைய நாட்களாக அதை எப்படிச் சொல்வது என்று யோசித்துக்கொண்டிருந்தாள். ஒரு முத்திரை கேட்டதற்கே நூறு முத்திரைகளுக்குமேல் கொண்டுவந்து அவள் தலையில் கொட்டிவிட்டான். பதிலாக அவன் தலையில் எதைக் கொட்டுவது? சினோக்களை வாரி அள்ளி எறிந்தாள்.

ஞானத்துக்கும் அருள் மொழிக்கும் கொஞ்ச காலமாகக் கவலை. மலர் வாடிக்கொண்டிருக்கென்று. எவ்வளவு கர்வத்துடன் நிமிர்ந்து நின்ற முள் மார்புகள், பிய்ந்து விழத்தொடங்கின. அருள்மொழி சினேகிதியுடன் தொடர்புகொண்டாள். அவர் கனடாவில். தன்னிடம் அனுப்பச் சொன்னார். தான் திரும்பவும் பழையமாதிரி மலராகத் தருவேனென்று சொன்னதற்கு அழுதழுது மலரின் எதிர்காலம் கருதி அனுப்பிவைத்தார்கள்.

சினேகிதி ஒரு பூக்கடையே வைத்திருந்தார். ரொறொண்ரோவில் வியாபாரம் நிறைய தமிழர்கள் கையில்தான் இருக்கிறது. அவர் ஒரு பூந்தோட்டத்துக்கும் சொந்தக்காரி. அங்கை பல விதமான மலர்கள். கரிபியன் தீவுகளில் இருந்தும் சைனா, ஆப்பிரிக்கா என்று உலகம் முழுக்கவும் இருந்தும் வந்திருந்தன. மலர்

திகைத்துப் போச்சு. புழுகத்தில் துள்ளிக் குதிச்சிது. ஆனால் அவைகள் மலரைத் திரும்பியே பார்க்கவில்லை. அவர்களுடன் சினேகிதமாகி மதியையும் அருளையும் கூட மறக்கத் துணிஞ்சிது. ஆனால் அதின்ர சந்தோசம் ஒரு 'short life' மாதிரி முடிஞ்சுபோச்சு.

இப்ப கவனிப்பாரற்று தனித்துவம் இழந்து ஆயிரத்தில் ஒன்றாய் அது கிடந்தது. அந்தத் தோட்டத்துக்குக் கொஞ்சம் தள்ளி ஒரு பத்தைக்குள் பல மலர்கள், சாகிற நிலமையில் கவனிப்பாரற்றுக் கிடந்தன. அவை இறக்குமதி செய்யப் படாதவை. காலங்காலமாய் அங்கேயே பிறந்து இப்ப செத்துக்கொண்டிருப்பவை. நிறைய மருந்துகள் அடித்து கெமிக்கல் பசளைகளும் போட்டதில் அங்கிருந்த மலர் எல்லாமே பெரிதாகச் செழிச்சு இருந்திச்சினம். அவைகளைத்தான் எல்லாரும் போட்டி போட்டு வாங்கினார்கள்.

மலரைச் சினேகிதி விற்கமாட்டாதான். மலரையும் முழுசாக மாற்றுவதற்கு முயன்றுகொண்டிருந்தார். எவ்வளவு பசளை போட்டும் அது வாடிக்கொண்டேயிருந்தது. முன்னர் போட்ட முட்டைக் கோது மற்றும் பசளை மாதிரி வராதுதானே. அத்துடன் அதற்கென்று சில றோசாப் பூக்களை சினேகிதமாக்கி மலரை மகிழ்விக்க முயன்றாள். ஆனால் அந்தச் சினேகிதம் நிரந்தரமல்ல. சில நாட்களில் அவையும் விற்கப்பட்டு காணாமற்போயின.

ஒரு நாள் "என்ரை மலர் எப்பிடியிருக்கிறா?" என்று மதிதான் போன் அடிச்சுக் கேட்டார். "றோஸ் நல்லாயிருக்கு. எனக்கு இப்ப கதைக்க நேரமில்லை, "I will call you later." *(பிறகு எடுக்கிறன்)* என்று போனை அடிச்சு வைச்சிட்டார். மதியழகனுக்கு ஒரே அப்செட்! மலர் எப்ப றோசானாள்? தலை சுற்றியது.

அவருக்கு மலர் நல்ல விலையில் விற்கப்பட்டதுகூடத் தெரியாது. இன்னும் தனது நட்பை நம்பிக்கொண்டிருக்கின்றார்.

ஒரு நாள் தற்செயலாக ஜீவி புனிதம் அக்காவை கனடாவிலுள்ள வன்னித் தெருவில் பார்த்தாள். புனிதம் அக்கா வாய் ஓயாமல் கதைத்தது ஜீவிக்கு அதிசயமாய் இருந்தது. அவவுக்கு நாலு பிள்ளைகள் என்றும் கணவர் செத்திட்டதென்றும் சொன்னார். அப்பதான் நீண்டு சென்ற பேச்சில் பேச்சோடை பேச்சா ஜீவி சொன்னாள் அந்தக் கவிதை தனக்கு அப்ப விளங்கவில்லை என்று. ஆனால் முகத்தை முறிக்காமலும் தன்ரை வேலை ஆகவேண்டுமென்று பொய் சொன்னதென்றும் சொன்னாள்.

புனிதம் அதற்கு அது தான் எழுதவில்லை, தனக்கும் விளங்காமல் தான் ஜீவிக்குக் காட்டியதாகவும் சொன்னாள். அந்த நேரத்தில் விளங்கவில்லை என்று சொல்ல வெட்கமாய் இருந்தது என்றும் ஜீவி உண்மையைத் தெரிவித்தாள்.

இருவரும் சிரித்தார்கள். புனிதம் சிரிக்கும்போது அவள் கண்ணில் கண்ணீரும் வந்தது.

பெரிதாக இருந்த வீடுகளும் வாகனங்களும் வீதிகளும் சிறுத்துக்கொண்டிருந்தன. பூமியை விட்டு மிகத் தொலைவில் மிதந்துகொண்டிருந்தது விமானம். தாயகம் செல்லும் புழுகத்தில் ஜீவியாகிய நான் பறந்துகொண்டிருக்கிறேன்.

ஒவ்வொரு தடவையும் இப்படிதான். வானத்தின் எல்லையைக் காண முடியாமலும் பூமியிலிருந்து வெகுதொலைவில் ஊர்ந்துகொண்டிருக்கும் என் கற்பனைகளும் என் ஆசைகளும்... எல்லையே யாதார்த்தம் போலுணரும் தருணங்கள்...! எல்லைகளுக்காய் எத்தனை போர்கள்? எத்தனைக் கொலைகள்? எல்லைகளை மறுக்கும் எத்தனை வன்மங்கள்?

எல்லைகளைக் காணாத மகிழ்ச்சி எனக்கு.

நான் யார்? எனது தேசம் எது? என்கின்ற கேள்விகளே பூமியின் எல்லைகளுக்குள்தான் கேட்கப்படுகின்றனவா? நீ என்பதை மறுதலித்தலும் அப்படித்தானே?

தன்னை மறந்து வஞ்சக மனம் விலக்கித் தானும் தன்பாடுமாய் பஞ்சு மேகங்கள்...!

அதற்குள் எத்தனை தனித்துவம்? எத்தனை விடுதலை? என் வலி அறிவீரா மேகங்களே? என் கேள்விகளுக்குப் பதில் தருவீரா மேகங்களே?

மெதுவாக இறங்கி உம்மைக் கட்டியணைக்கவே ஆசை. ஆனால் நீர் மேகங்களல்லவோ!

யூலை 12, யூலை 15, 2015

ஸ்காபுறோ கனடா

காகன் ஜேர்மனி (அம்மா அப்பா வீடு, காகன் வைத்தியசாலை)

நீலச் சூரியன்

மனிதர்கள் சிலவேளைகளில் கழுதைகளாகக் கருதப்படுகின்றனர். அவர்களது சகித்துக்கொள்ள முடியாத குரல்களுக்காக.

வலிகளை மனிதர்கள் மூட்டை மூட்டைகளாகச் சுமந்தபடி கழுதைகளைப் போன்று அலைகின்றனர். ஆனாலும் கழுதை களுக்கும் மனிதர்களுக்கும் ஒரு வித்தியாசம் இருக்கிறது. கழுதைகள் தமது சுமைகளை முதுகில் சுமக்கின்றன. மனிதர்களோ அவர்கள் இதயங்களில் சுமக்கின்றார்கள். அந்தச் சுமைகளைத் தாங்கும் பைகள் நிரம்பி வெடிப்பது போன்று முன் தள்ளியபடி எவர் கண்களிலும் தெரியாதவாறு ஊதிப் பெருத்து நிற்கின்றன.

ஆண்களுக்கு பெண்களின் பெருத்த மார்பகம் மட்டுமே தெரியும். அந்தப் பெண்கள் பாவம் இந்தச் சுமைகளால் மேலும் பெருத்திருக்கும். சுமக்க முடியாமல் இரண்டையும் சுமந்தார்கள்.

ராஜரட்ணம் ஐயாதான் எனக்கு அதனைச் சொன்னார். அவர் நீண்டதூரம் இருந்து வருபவர். ஒரு சின்னக் குழந்தை வண்டிலைப் பிடித்து நடை பழகுவதுபோன்று மெல்ல மெல்ல அவதானமாக நாலூண்டியைப் பிடித்து நடந்து வந்து எனக்கருகில் இருந்தார்

நாங்கள் இருவரும் பேசிக்கொண்டிருக்கும்போதுதான் இந்திராணியம்மா மற்றும் புஷ்பா அம்மாவும் வந்தனர். சிலருடைய நடைகள் மெதுவாகவும், சிலர் உடலைச் சரித்து மெதுவாக நடந்து நாம் இருக்கும் நீளிருக்கையில் வந்தமர்ந்தனர். அவர்களது பைகளும் பெரிசு.

இந்திராணி அம்மா வந்ததும் ராஜரட்ணம் ஐயாவின் முகம் எப்போதுமே முழுமையாக விரிந்துவிடும். இனி அவர் பரவச நிலையையடைந்துவிடுவார். என்னுடன் பேசுவதைத் குறைத்துக்கொள்வார். ஒவ்வொரு பார்வையும் சிரிப்பும் பேச்சும் இந்திராணி அம்மாவை நோக்கியதாக இருக்கும். அவர் அதனை மிகவும் ரசித்தார். அவர்கள் கள்ளமாகச் செய்தார்கள் என்று சொல்லவே முடியாது. இந்திராணி அம்மா நேருக்கு நேர் தனது காதலன் என்று அறிக்கைவிட்டார். ஏனையவர்கள் அதைச் கேட்டுச் சிரித்தார்கள்.

அம்மாவினதும் ஐயாவினதும் சுவாரிசியமான கதையை நான் ரசித்தபடி இருந்தாலும் ஏனையவர்களைக் கண்கள் எதிர்பார்த்தபடியிருந்தன. நாங்கள் இருந்த பூங்காவில் வேறும் பலர் குழுக்குழுவாகச் சேர்ந்திருந்தனர். கோடைக்காலங்களில் சில நாட்களில் காற்று எம்முடன் கோபித்துக் கொண்டதுபோல் அசையாமல் நிற்கும். அமுக்கம் தாங்காமல் நாம் அந்தரப் பட்டாலும் அது இரங்காது பழிவேண்டியே தீரும். ஆனால் சில காலங்களில் வேண்டாம் என்றாலும் நொய் நொய் என்று பின்னுக்கும் முன்னுக்குமாக ஓடித்திரியும். இன்று ஆச்சரியமாய் இருந்தது. அது தன் எல்லையை மீறவில்லை. எமக்கும் இதமாக இருந்தது.

ரோறன்ரோவில் தமிழ் முதியவர்கள் மோல்களில் சந்திப்பதும் வழமைதான். ஐயாமார்கள் ஒரு கூட்டமாகச் சந்திப்பார்கள். அம்மாக்களோ வேறு இடங்களில் சந்திப்பதுண்டு. ஐயாமார்கள் காலையிலேயே வீட்டிலிருந்து வெளிக்கிட்டுவிடுவார்கள்.

வீட்டில் கோப்பி ரீ குடித்திருந்தாலும் இங்கு வந்து சேர்ந்த உடனேயே சிலர் மீண்டுமொருமுறை குடிப்பார்கள். சிலர் வீட்டில் கோப்பி குடிக்கமாட்டார்கள். மோலில்தான் அவர்களது நாளே ஆரம்பமாகும். ரீ தயாரித்துக் கொடுக்க வீட்டில் யாரும் இருக்கமாட்டார்கள். இருந்தாலும் குடிக்க மனமில்லாமலும் இங்குவந்து இணைந்துகொள்வார்கள்.

சிலருக்கு ரீ குடிக்கும்போதுதான் பிள்ளைகளின் ஞாபகம் வந்து தொல்லைப்படுத்தும். தொண்டைக்குள் இறங்காது கொதித்துக்கொண்டிருக்கும்.

'ரிம்கொட்டன்' குறைந்த வருமானம் உள்ளவர்களுக்கு ஏற்ற ரீக்கடை. சிலர் பகற் சாப்பாட்டையும் மோலிலேயே முடித்து ஆறுதலாகப் பின்னேரம்தான் வீடு திரும்புவார்கள். ராஜரட்டணம், பொன்னய்யா, சோதி, நாகராசா ஐயாக்கள் எல்லோரும் மோல் நண்பர்கள்தான்.

அதே போல் இந்திராணி, புஷ்பா, வசந்தகுமாரி, மங்கை அம்மாக்கள் மோல் சினேகிதம். அம்மாக்கள் காலையிலேயே வெளிக்கிடக்கூடியவர்களல்ல. அனேகமான நாட்கள் பின்னேரம் தான். பொழுது போக்க சரியான நேரம். காலையில் சிலர் பேரப் பிள்ளைகளுக்குச் சாப்பாடு கொடுக்கவேண்டும். பாடசாலைக்கு அழைத்துச் செல்ல வேண்டும். சமைக்கவேண்டும்.

இந்திராணி அம்மா தனியத்தான் வசிக்கின்றார். ஆனால் அவரும் வரமுடியாது. அவருக்கு ஒரு கை ஏலாது. அதனால் அரச உதவி கிடைக்கிறது. ஒரு பிலிப்பைன்ஸ் பெண் காலையில் வந்து உதவுவார். உடம்பு கழுவி அல்லது குளிப்பாட்டி அழுக்கு உடைகளை மெசினில் துவைத்தெடுத்துக் கொடுப்பார். கிழமையில் ஒரு நாள் தலையைக் கழுவி விடுவார்.

பகல்களைவிட இரவு பலருக்கு வாழ்வையும் விடுதலையையும் வழங்கிக்கொண்டிருந்தது. சில வயோதிபருக்கு நிரந்தர நிம்மதியைத் தருவதும் இரவுகள்தான்.

வெள்ளை ஆதிக்கத்தைத் முறியடித்தது போன்று தன் உடல் நிமிர்த்தி அழகிய சிரிப்பை அள்ளித் தருவது போன்றும் செயற்கை வெளிச்சங்களுடன் தன் வெற்றியையும் தனித்துவத்தையும் நிலைநாட்டி ஒரு கறுப்புப் பெண் நிற்பது போன்று நிற்கின்றாள் இராப் பெண்.

அவர்கள் அனுபவ மூட்டைகளைத் தூக்கிச் செல்வதனையும் படாதபாடுபடுவதனையும் அறிந்ததனால் முதியவர்கள் மேல் எனக்குப் பற்று அதிகமானது. வாழ்க்கைத் தத்துவங்களையும், நீண்டகால பழக்கவழக்கங்களையும், அனுபவங்களையும் காவித் திரிதிரி என்று திரிகின்றனர். ஆனால் அவற்றை மதிக்கவும் காது கொடுத்துக் கேட்பதற்கும் யாருமில்லை. தனிமையிலிருந்து தப்பிப்பிழைக்க வாட்சப்பையும் முகநூலையும் பழகிக் கொண்டார்கள். பீற்சா பிடித்தமான உணவில்லையென்றாலும் பாஸ்ராவும் சேர்த்தே சாப்பிட்டார்கள். ஆனால் அவர்கள் பேரன் பேத்திகளிடம் தங்கள் சுமைகளைக் கொஞ்சமேனும் இறக்கிவைக்க முடியவில்லை. அதற்குள் என்ன இருக்கிறது என்று எட்டிப்பார்க்க முடியவில்லை என்று சொல்லி நேரத்திற்கும் கணினிக்கும் கைத்தொலைபேசிக்கும், போதைக்கும், அல்லது படிப்பிற்கும் நல்ல பிள்ளைகளாக இருந்தார்கள்.

இந்தப் பெரிய மனிதர்களது பிள்ளைகளோ சில வேளை புரிந்துகொள்பவர்களாகவும், சில வேளை ஆர்வமுள்ளவர் களாகவும், சிலர் ஆர்வம்போல் நடித்துக்கொண்டுமிருந்தார்கள். ஆனாலும் அவர்களும் நேரத்திற்குத் தமது வாழ்வை எழுதிக்கொடுத்தவர்கள்தான். அல்லது சொந்த வீடு, ஐபோன், பென்ஸ், பிள்ளைகளை டொக்ரர், இஞ்ஜினியருக்குப் படிப்பித்தல் எவ்வாறு சாத்தியம்?

நான் இந்தப் பொக்கிசங்களைக் கண்டுபிடித்தது மோல்களில்தான். இந்த நுகர் கலாச்சாரத்தின் அடிமைகளாய்

அலையும் மனிதர்களில் ஒரு மனுசிதான். நுகர்தலில் மூழ்கியிருந்த தருணத்தில் மோலில்தான் விலைமதிக்க முடியாத இந்த சிரித்த முகங்களைக் கண்டுபிடித்தேன்.

காலையில் திடுக்கிட்டெழுந்து அவசரமாக ஓடுகையில் தலை வாராதது ஞபாகத்திற்கு வரவே வெளியேறும் கதவிற்கு அருகே கொளுவியிருந்த எனது கண்ணாடியையும் எடுத்து வந்தேன். பேருந்தில் பின் இருக்கையில் இருந்தபடி எனது முடியை சரிசெய்துகொண்டு கண்ணாடியில் பார்த்தபோது அதில் ராஜரட்ணம் ஐயாவின் முகம் தெரிவது போன்று ஒரு பிரமை.

பெர்லினில் ஒருபால் உறவினரின் கொண்டாட்டத்தின் போது ஓறானியன் வீதியில் ஒரு கடையில் இந்தக் கண்ணாடியைப் பார்வைக்கு வெளியில் தெரியும்படி வைத்திருந்தார்கள். பார்த்தவுடனேயே எனக்குப் பிடித்துப் போய்விட்டது. அதன் சட்டம் சூரியகாந்திப் பூப்போன்று செதுக்கப்பட்டிருந்தது. நீலம் எடுப்பாக பளிச்சிட்டுக்கொண்டிருந்தது.

எல்லோரும் வந்து சேர்ந்ததும் நான் கண்ணாடியை அவர்களிடம் காட்டி "இதைப் பாக்கேக்க உங்களுக்கு என்ன ஞாபகம் வருது?" என்று கேட்டேன்.

புஷ்பாம்மா உடனே என் கையிலிருந்த அந்தக் கண்ணாடியைப் பிடுங்கிக் கொண்டார். அவர் எப்போதும் இப்படித்தான். தயங்கமாட்டார். என்னிடமும் எவரிடமும் உரிமையுடன் நடந்துகொள்வார்.

"இது சூரியகாந்தியைப்போல் இருக்கிறது. அதன் நடுவே ஒரு கண்ணாடி. என் அழகான முகம் தெரிகிறது." என்று கூறியவாறு முகத்தைத் திருப்பித் திருப்பிப் பார்த்தார். அவருக்கு தன் அழகு பற்றி மிகுந்த நம்பிக்கை. கண்ணாடியை புஷ்பா அம்மா இந்திராணியம்மாவிடம் நீட்டினார். அவரின் ஒரு தயக்கம் தெரிந்தது. கண்ணாடி கைகளில் வந்தடைந்தபோது அது சதிராடத் தொடங்கியது.

"எனக்கு இதைப் பார்க்கும்போது ஊர் ஞாபகம்தான் வருகிது. செல்லடி விழுகிற காலம். பங்கருக்குள்ளதான் முழு நாளும் பொழுதும் போச்சுது. இரவு பகலென்றில்லாமல் நானும் என்ர நாலு பிள்ளையளும் இவரும்தான் இருந்தம்.

பங்கருக்குள்ள இருந்து இரவில எட்டிப் பாத்தா நிலா அரை குறையாத்தான் தெரியும். ஒரு நாள் அறம் புறமா செல்லடி விழுந்திது. நல்லவேளை. எங்களுக்கு ஒண்டும் நடக்கேல்லை

எண்டு நினைச்சம். வெளியால போய் ஏதாவது சமைச்சுக் கிமைச்சுச் சாப்பிடுவம் எண்டு நினைச்சுப்போட்டு வர வெளிக்கிட எல்லாம் பொறிஞ்சு விழத்தொடங்கிற்றிது. எங்கட வசதிக்கேற்றமாதிரி நாங்கள் பங்கரை தகரங்கள் போட்டுத்தான் செய்தனாங்கள். வேறையாக்கள் சிலர் எங்கடை ஊரில சீமெந்து போட்டுச் செய்து வச்சிருந்தவை. அவை வசதியான ஆக்கள். வெளியால வாறத்துக்குள்ள சரியாக் கஸ்ரப்பட்டிட்டம். பக்கத்தில சில சனங்கள் உதவி செய்துதான் வெளிய வரக்கூடியதாயிருந்திது. ஆனா என்ர கடைசி மகனின்ர கழுத்தில தகரம் வெட்டிப் போட்டிது. அவரைக் காப்பாத்த முடியேல்ல." இந்திராணி அம்மாவின் குரல் மாறிப்போச்சு. ஆனால் அவர் அழவில்லை.

"நீங்கள் உதைச் சொல்லுறியள். எல்லாருக்கும்தான் பங்கர் அனுபவம் இருக்கு. எங்களுக்கு ஒரு நாள் பாம்பு வந்திட்டிது. பிறகு ஒருநாள் உப்பிடித்தான் நாங்கள் பங்கருக்குள்ள இருக்கேக்குள்ள ஆமி சுட்டுச் சத்தம் கேட்டிது. வெளிய வந்து பாத்தா நீத்துப் பூசணிக்காய்கள் கிடக்கிது எண்டு நினைச்சம். ஐஞ்சாறு பெடியளைச் சுட்டு எரிச்சுப் போட்டுப் போயிருக்கிறாங்கள். தலையள் மட்டும்தான் மிச்சம்."

இந்திராணி அம்மாவின் மகனின் மரணத்திலிருந்து மனம் விடுபட முன்னரே என் நீலப் பூ இப்போது நிலவாகி பின் ஒரு சூரியனாகவும் மாறி வசந்தகுமாரி அம்மாவின் கைகளில் இருந்தது. "அந்தண்டு சரியான வெய்யில். அதுதான் எனக்கு இந்த நீத்துப்பூசணிக்காய் ஞாபகம் வந்தது. ஆனால் இந்தச் சூரியன் ஏன் நீலமாக் கிடக்கு?"

சில நிமிடங்கள் ஒருத்தரும் ஒன்றுமே பேசவில்லை. சிலரது பை இப்போது பெருத்துத் தொய்ந்திருந்தது.

"அந்த நேரம் ஆஸ்பத்திரிக்கும் கொண்டு போகேலாது. கொண்டுபோயிருந்தால் சிலநேரம் என்ர ராசவைக் காப்பாத்தியிருக்கலாம்." நீல நிறத்தைச் சில கணங்கள் மறந்திருந்தேன் என்னுள் சிறிது சிறிதாகச் சிவப்பு வர்ணம் நரம்புகளில் படர்ந்துகொண்டிருந்தது.

என்னுடைய சூரியன் இப்போது யாரிடம்? நான் தேட ஆரம்பித்தேன். "எனக்கு ஐஞ்சு பிள்ளைகள். அவைக்கு நான் நிலாவில சோறு ஊட்டினதுதான் ஞாபகம் வருகிது. ஐஞ்சு பிள்ளயளில மூண்டு கனடாவில. ரண்டு பிள்ளைகள் ஊரில. ஆனால் இப்ப எனக்குப் பக்கத்தில ஒருத்தருமில்லை. நான்

தனியத்தான் இருக்கிறன். நல்லது கெட்டதுக்குக்கூட பிள்ளையளைச் சந்திக்கேலாமல் போச்சிது. என்ர ஒரு பிள்ளைதான் என்ன இங்க கூப்பிட்டது. ஆனா...” மங்கையம்மா அழுதுகொண்டிருக்க எனக்கு அருகில் இருந்த சோதி ஐயா சொன்னார் “இவா கொஞ்சம் பொறுத்துக் கொண்டிருக்கலாம்.” என்று.

“பிள்ளையள் என்ன செஞ்சாலும் பொறுக்க வேணுமோ? உங்களுக்கு நடந்தது தெரியும்தானே?” என்று கேட்டேன்.

“நான் படுறபாடு. உங்களுக்குத் தெரியும்தானே” சோதி ஐயா அழத் தொடங்கிவிட்டார். அவர் துணைவியார் வேறு நகரத்தில் தனது மகளுடன் வசிக்கிறார். பேரப் பிள்ளைகளைக் கவனிக்கவும் சமையல் உதவி செய்யவும் மகள் தன்னுடன் வருமாறு அழைத்தபோது சோதி ஐயா மறுத்துவிட்டார். தமிழ் வைத்தியர்களும் தமிழ்க் கடைகளும் குறைவாக உள்ள நகரம் அது. அவர் ஒரு நோயாளி. அடிக்கடி வைத்தியரைப் பார்க்கவேண்டும். அவர் தனியே இருக்கும் கட்டிடத்திற்கு அருகிலிருக்கும் தமிழ் உணவகத்தில் ஒவ்வொரு நாளும் வாங்கிச் சாப்பிடுவார். துணைவியை மூன்று நான்கு மாதங்களுக்கு ஒரு முறைதான் சந்திப்பார்.

“சரி எல்லாரும் சொல்லியாச்சு. உம்மடை கதையைச் சொல்லும்” என்று என் கையில் வைத்தார் சோதி ஐயா.

சூரியகாந்தியாய் இருந்து சூரியனாயும் சந்திரனாயும் புதிய அடையாளங்களைப் பெற்றுக்கொண்டு பெருமையாக என்னிடம் வந்தடைந்த என்னுடைய அழகான மலரை நான் கையில் ஏந்தியிருந்தேன். போரும் பின் இடப்பெயர்வும் கொண்ட டயஸ்போறா வாழ்வைச் சுமந்து அது மிகவும் கனதியாய் இருக்கவே என் மடிதனில் மெதுவாகச் சாய்த்தேன்.

நீலமெல்லாம் பச்சைகளாகி ஒரு பூங்கா வேலியாக வட்டமாகச் சுற்றியமைக்கப்பட்டிருப்பதுபோல் கற்பனை செய்தேன். நன்றாக இருந்திருக்குமென மனம் சொல்லிற்று. வட்டக் கண்ணாடி உலகமே பசுமையில் செழித்திருந்தது. இந்தப் பச்சை உலகத்தில் முதியவர்கள் அமைதியாகவும் மகிழ்வாகவும் வாழ்ந்தார்கள். பிள்ளைகளும் பெண்களும் பாதுகாப்பாகச் சுற்றித் திரிந்தார்கள்... அழகானது.. ஆனால்..

என்ன சொல்ல?

உண்மையில்....

குழந்தைகள் சிதறுண்டு ஓடித் திரிந்தனர். பள்ளிக்குச்

செல்லும்போதுகூட பயந்து பயந்தே சென்றனர். பள்ளிக் கூடங்களிலும் கொலைகள். மாணவர்கள் அதிர்ந்து போயிருந்தனர். முதியவர்கள் உறவுகளின்றி தெருக்களில் நின்றனர் அல்லது துன்பங்களைத் தாங்கமுடியாது வீட்டிலிருந்து வெளியேறி இருக்க இடமின்றி அலைந்தனர். இளையவர்கள் துப்பாக்கிகளுடன் ஓடித்திரிந்தனர். எங்கு ஓடுகிறோம் என்பதுகூடச் சிலருக்குத் தெரியவில்லை. பெண்களும் சிறுமிகளும் சிதையுண்டு கிடந்தார்கள். பூமி முழுவதும் யுத்தகோலம். எண்ணிக்கையற்ற அகதிகள்...போதைப் பொருட்கள் பாவனையின் ஒரு கூட்டம் மயங்கியிருந்தது. பொருட்களை வாங்கிக் குவிப்பதில் இன்னொரு பெரிய மக்கள் கூட்டம் அலைந்துகொண்டிருந்தது. பூமியின் வயிற்றை இடித்து இடித்து அது எந்த வேளையிலும் வெடித்துவிடும் நிலையிலிருந்தது.

இவை எல்லாவற்றையும் பார்த்து அரசியல்வாதிகளும் முதலாளிகளும் மனமகிழ்ந்து சிரித்துக் கொண்டாடிக் கொண்டிருந்தனர்.

என்னைத் தேடினேன். நானும் சூரியனும் சந்திரனும் தொலைந்து போயிருந்தோம். என் பூவோ நீர்ப் பஞ்சத்தில் கருகிக் கொண்டிருந்தது. “சொல்லும். சொல்லும்.” என்று அவர்களின் குரல் அவசரப்படுத்தியது.

வாழ்க்கையின் அடிமட்டம் வரையில் வந்து போக்கிடமற்று நிற்கும் இவர்களுக்கு.

இப்படித்தான் சொன்னேன்.

“இந்தக் கண்ணாடி என்ர இளமைக் காலம். காதலும் நம்பிக்கையும் என்னுள் பொங்கி வழிந்ததில் இந்தச் சூரிய காந்தி பூங்காடாய் மாறியிருந்து. என் மனசு முழுக்க சூரியனைப்போன்று வெளிச்சங்கள்.”

அவர்கள் முகங்களில் பச்சை முளைகள்.... மேலும் என்னுடைய கதையைப் பற்றி அறியும் ஆவலில். ஆனால் என் நரம்புகளில் சிவப்புக்கள் எல்லாம் உருவேறி இருந்தன.

ரட்ணமய்யா மட்டும் ஒன்றுமே பேசவில்லை. சோகம் கலந்த சிரிப்பு மட்டும்.

(2015, ஸ்காபுறோ, கனடா)

லூமினா நேபிலா

அவன் ஒரு நாய். அவன் ஒரு சனியன். அவன் ஒரு பிசாசு. அவன் ஒரு... காட்டு மிராண்டி.... அவன் ஒரு.... அரக்கன்! அவன் ஒரு.... அவன் ஒரு....

உண்மையா? பிரமையா? கேள்வியை எழுப்பும். அவை அருகில் இருப்பதாக உணரப்படும்.

தொலைவில் தோற்றம். ஆனால் அருகில் உணரப்படும்.

ஜன்னல் அருகில் நின்று வெளியே பார்த்தேன்! அங்கே என் நட்சத்திரங்கள்! அழகானவை. மனதிற்குப் பிடித்தமானவை. என்னுடன் பேசுவன. நிம்மதி தருவன. தினமும் விழித்து மூடி என்னைப் பரவசப்படுத்துவன. இன்று பல மணிநேரமாக அவை சிரித்துக் கொண்டேயிருந்தன. அவைகளுடன் பேசிக்கொண்டிருந்தேன்.

நாங்கள் விளையாடிக் கொண்டிருந்தோம் வார்த்தைகளை வீசி. புரியாத வார்த்தைகள். அந்த விளையாட்டில் எத்தனையோ காணாமலும் போயின. புரியாதவைகள் ஆனால் அழகானவை. உங்களுக்குப் புரிகிறதா? எப்போது வார்த்தைகளும் அதன் அர்த்தங்களும் கண்டு பிடிக்கப்பட்டனவோ அன்றிலிருந்து புரியப்படாதவைகளும் அறியப்படுகின்றன.

கோடிக் கணக்கான வார்த்தைகள் கடந்துபோகும். அவை பற்றி நாம் அலட்டிக் கொள்வதில்லை. எத்தனை உறவுகள் காரணமே தெரிவிக்காமல் இதுவரையில் கலைந்து போயின. இந்த நட்சத்திரங்களும் அப்படித்தான் தொலைந்து போகட்டும்.

எந்த நியாயங்கள் அநியாயங்கள் பற்றிப் பேச மறுக்கின்றனரோ அவை தேவையற்றவையாய் எம்மிலிருந்து விலகிப்போகட்டும். நியாயங்கள் எனக்குத் தேவையில்லை. உங்களுக்குத் தேவையா? சொல்லுங்கள் நட்சத்திரங்களே?

இவ்வுலகு ஈர்ப்பு சக்திகளினால் ஆனாது. இழுக்கும், தொய்யும். எப்போது நியாய அநியாயங்களைக் கற்றுக் கொண்டோம்? தொலைந்து போகட்டும். என் நட்சத்திரங்கள் என்னிடம் சிரிப்பைச் சொரியும் வரையில் எனக்குத் தொலைவன பற்றி எந்த அக்கறையும் இல்லை.

எவ்வளவு நேரமாக நிற்பது? உடம்பிலுள்ள அத்தனை வலிகளும் கால்களுக்குள் வந்து இறங்கிவிட்டன. நரம்புக்குள் புழுக்கள் போல் குடைகின்றன. இன்று வெளியில் வேளைக்கு இருட்டிவிட்டது. செயற்கை விளக்குகளை ஏற்றிட மனமில்லை. இரவு பகல் இரண்டையும் பிரித்துக்காட்ட நட்சத்திரங்களே இருக்கின்றன.

மகன் தூங்கி பல மணிநேரங்கள். இரண்டு மகள்களும் அடுத்த அறையில் தூங்குவதாக நடித்துக் கொண்டிருந்தார்கள். எனக்குத் தெரியாதென்று அவர்கள் நினைப்பு!

இந்தக் கட்டில்தான் அம்மாவாகவும் தோழியாகவும் காதலன் போன்றும் என்னை ஏந்தியும் இறக்கியும் செல்லங்கொஞ்சியும் அணைத்தும் வைத்திருக்கின்றது. கட்டில்கள் பேசா முண்டம் என்று பலர் நினைக்கக் கூடும். ஆனால் அது என்னிடம் பேசிகொண்டே இருக்கும்.

இரவில்தான் கட்டில்களுக்கு வேலை அதிகம் என்பார்கள். சில காட்டு மிராண்டிகளின் வாழ்க்கையே கட்டிலிலும், கட்டில் கனவுகளிலும் மட்டும்தான் கழிகின்றது.

அவன் தந்த வலி என் அடிவயிறிலிருந்து எழுந்து கால்கள்வரை வந்து ஏன் மேலெழுந்து தலையின் உச்சிக்குள்ளும் ஒரு புழுவாய் ஊர்ந்துகொண்டிருக்கின்றது. இந்தக் கட்டில்தானே அறியும். காதல் என்பதன் அர்த்தமே அறியா காமக் கிளர்ச்சியில், என் யோனிக்குள் கிளறப்பட்ட வலியின் வெடுக்குகளை அவை உணரும். காட்டு மிராண்டி நாய்!

என்னை எனது அப்பா பூப்போல் வளர்க்க முயன்றார். எனக்கும் பூக்கள் பிடிக்கும். மிக மிக மிகப்பிடிக்கும். ஒறியினல் செவ்வரத்தை யிலிருந்து ஒட்டவைத்தவைகள் உட்பட. மல்லிகை, மாதுளை, தாழம் பூ, அல்லிப் பூ. எல்லாப் பூக்களும். ஆனால் அவர் என்னையே ஒரு பூவாக வளர்த்தெடுத்து ஒரு பொன் வண்டுக்கு தாரைவார்க்கவே காத்திருந்தார். அவர் நினைப்பில் என் வெறுப்புக்கள் துளிர்விட்டன.

சின்னஞ் சிறிய பூக்கள். வண்ண வண்ணப் பூக்கள். வடிவான பூக்கள். எத்தனை நிறங்கள்? சீத்தைத் துணியில் தைத்த யங்கி எனக்கு பத்தில் பிடித்திருந்தது பதினைந்தில் பிடிக்குமா சொல்லுங்கள்? எனக்கு வேண்டாம் என்று எவ்வளவோ அடம் பிடித்தேன். அம்மாவுக்கு அப்பா என்கின்ற உருவம் அசைவு, பொருள் அனைத்தும். புழுத்த பயம். "மனுசி ஒரு வாயில்லாப்

பூச்சி." என்று அத்தை அடிக்கடிச் சொல்லுவா. எனக்கு அது அப்ப விளங்கவில்லை. அம்மா என்கின்ற என் ஆருயிர் பயங்களையே பெரும்பாலும் எனக்கு ஊட்டி வளர்த்தாள் தன்னிடம் இருந்த எதுவும் மிச்சம் மீதி விடாமல்.

"வடிவு வடிவான உள்ச் சட்டைகள் அவள் அரசி மட்டும் போடவேணும். எனக்கும் ஆசையில்லையோ?" அம்மாவிடம் கேட்டேன். அப்பாவிடம் கதைப்பா என்றுதான் நினைத்தேன். அம்மாவை வாய் இல்லாப் பூச்சி என்றுதான் பெத்தாத்தைகூட சொல்லுவாவாம். இடிஇடி என்று உரலுக்குள் போட்டு இடித்தாலும் அசையாத பாக்குப்போல் அம்மாவின் பயம் அவ்வளவு இறுகி உருண்டு திரண்டு வயிற்றிலும் தொண்டை நடுவேயும் உருண்டு கொண்டிருந்ததை நான் அறிவேன்.

"அவன் இல்லாத இடம் வெற்றிடமாய் இருக்கிறது. அவனில்லாத இடம் சுதந்திரத்தைப் பாடுகிறது." என்று நான் வீடு விட்டு வெளியேறி தற்காலிகமாகத் தங்கியிருந்த செல்ற்ரர் தோழி அடிக்கடி சொல்வாள். அவள் ஒரு பெண்ணியவாதி. "அந்தச் சுதந்திரத்தை நீயும் அனுபவி." என்பாள்.

புருசன் இல்லை மனுசன் என்று கூடச் சொல்ல நாக் கூசுகின்ற அந்தத் தறுதலை. அவனுக்காக இப்போது மட்டுமல்ல எப்போதுமே என் கட்டில்களும் மனமும் காத்திருந்ததில்லை. அவை அவனைக் காறித் துப்பும். அவனுக்காக என் எதுவுமே காத்திருக்கா. ஆனால் அவன் குறி என்மேல் பாய்ச்சத் துடித்துக் கொண்டேயிருக்கும். எந்தக் குறியை எங்கு நீங்கள் புத்தகங்களில் புதைத்து சாவு விழாக் கொண்டாடினாலென்ன? குறிகள் எப்போதுமே தம் இலக்கிலிருந்து மாறுவதில்லை.

உடலுக்கும் மனசுக்கும் எண்ண இணைப்புக்கள் இருக்கின்றனவாம். சில உடல்களிலிருந்து தொடர்பறுந்து மனம் என்கின்ற எண்ணம் தனித்துவமாய் தன்னை வடிவமைத்துக் கொள்கின்றது. தம் தேவையை நிறைவுசெய்யும் போராட்டத்தில் புழுக்களும் தன் சுதந்திரத்தைத் தேடும் மனசும்.

நுண்ணிய அசைவுகளை ஏற்படுத்தியபடி கழி(வு)தின்னும் புழுக்கள் அசையும். உடலைக் குடையும். உண்ட புழுகத்தில் கும்மாளமடிக்கும். மயக்கத்தில் புரளும். சிறிது சிறிதாக நல்ல சதைகளையெல்லாம் தின்று தீர்த்துவிடத் துடிக்கும். புழுக் களுக்குத் தெரியும் தசைகள் தீர்ந்துவிடாத் தின்பண்டங்களென்று.

தின்னத் தின்னத் தசைகள் வளரும். புழுகளின் அரிப்பு உடலைத் தக்கவைக்கும். ஆனால் மனசின் சம்மதம் இன்றிக் புழுக்கள் ஒருபோதும் தசைகளைக் குடைய முடியாது.

புழுக்களுக்கு உடல் சொந்தமானதா? தங்களுக்கே அதிகம் உரிமைகளை உடலில் எடுத்துக்கொள்ளும். உடல்களுக்காகவே அவை பிறப்பிக்கப்பட்டவையா?

மனசு. அது எல்லா நேரங்களிலும் இசைந்து கொடுக்காது. அடம்பிடிக்கும். புழுக்களோ குடைவதிலேயே முழுக்கவனத்தையும் வைத்திருக்கும்.

தப்பிக்க மனசு தனக்கென ஒரு வழியைத் தேடிக்கொள்ளும்.

மெதுவாக மனசு எழுந்தது உடலிலிருந்து...

அது செல்ல வேண்டிய தூரம் அளவிடப்படாதது. அந்த நட்டசத்திரத்தை நோக்கிய பயணம்! அந்த ஒரே ஒரு நட்சத்திரம். அதுதான் அழகிய பிரகாசம் கூடிய நட்சத்திரமான நேபிலா.

நூறு வருடங்களின் பின்னான பனி மழையின் வருகை போன்று மனதை ஒரு நாள் தடவிச் சென்றது நேபிலா. அன்று மனம் முழுவதும் ஒரே சல்லாபம்.

எல்லையற்ற அந்த ஒளியைக் காணத்தான் இப்போது சென்று கொண்டிருக்கின்றது மனசு.

நீண்ட பயணத்தின் பின் மனசு வந்து சேர்ந்தது. நேபிலாவைச் சுற்றி மனசு துள்ளி விளையாடியது. உடம்பிற்கும் அதற்கும் வெகுதூரம். இந்த மகிழ்ச்சியை அது அனுபவித்தது. உடலிலிருந்து தொடர்பு அறுந்துபோயிருந்தது அதன் பாக்கியம்.

அங்கே தன் குட்டி நட்சத்திரங்களிடையே நேபிலா பிரகாசமாய்ச் சிரித்தது. அந்தக் கணத்தில் மனம் தன்னை லூமினா என்று பிரகடனப்படுத்தியது.

பன்னிரண்டாம் வகுப்பு சோதினை இரண்டு கிழமைகளில் இருக்கிறதால், தாரணியும் அரசியும் படிக்க வந்திருந்தார்கள். நான் அவர்கள் வீட்டுப் பக்கம் போகக் கூடாது. தெரியும் தானே. அப்பாவின் கட்டளையைக் காவிக்கொண்டு பதுங்கியபடி வந்தா அம்மா. அவா இப்ப எனக்கும் பயப்பிடுவது மாதிரியல்லவா இருக்கு. இனிமேல் என்னை ஸ்கூலுக்குப் போகவேண்டாமாம். அம்மா நினைத்திருக்கலாம் நான் அழுவேன் என்று. நான் சிரித்தேன். ஆனந்தம். என் உடல் பூராகவும். அம்மாவுக்கு விளங்கவேயில்லை.

'வெளிநாட்டில்தான் வடிவானதுகள் இருக்கென்று கேள்விப்

பட்டனான். எனக்கு நல்ல நல்ல பான்ரீக்களும் பிறாக்களும் கிடைக்கும்.' நான் உடனே ஓம் என்று தலை அசைத்தேன். அவர் கட்டையா? நெடியவரா? வெள்ளையா? கறுப்பா? படித்தவரா? படிக்காதவரா? ஒன்றுமே தெரியாது. ஒரு போட்டோ மட்டும் தரப்பட்டது. சரியாகப் பார்க்கக்கூட இல்லை.

நான் எழுந்து பறந்தேன். என் சுதந்திரத்தைக் கொண்டாடினேன். புழுதிகளொடு அள்ளி வந்த காற்றை முத்தமிட்டு அனுப்பினேன். எனக்கு இனி அவைகள் தேவையில்லை. என் கனவுகளுக்குள் என் தந்தையின் பிடி தொய்ந்து கொண்டிருந்தது. என் கனவுகள் எல்லைக்குள் நின்றன. அழகான உள்ளாடைகளில் நான் ஊஞ்சல் கட்டி ஆடிக்கொண்டிருந்தேன்.

என் இதயத்துடிப்பு அதிகரித்தது. படத்தில் அவரின் உருவம் அசைந்துகொண்டிருந்தது. தொலைபேசியில் பேசிய குரல் மிகவும் அமைதியானது. என்னை மெதுவாக அரவணைத்தது. நான் ரொறன்ரோ வந்து மூன்று மணி நேரங்கள். ஆனால் இன்னும் அவரைப் பார்க்கவில்லை. அவர் கடை ஒன்று வைத்திருக்கிறார். அது மூடி வர இரவு பன்னிரண்டு மணி ஆகுமாம். பொறுமை என்றால் என்ன என்பதை அன்றுதான் உணர்ந்தேன்.

என்னை வீட்டுச் சிறையிலிருந்து மீட்ட அந்த மனிதருக்காகக் காத்திருந்தேன். என் கனவுகள் அங்கே மாட்டியும் நிறுத்தியும் இருந்த அவரது படங்களில் தொட்டுத் தொட்டுத் தாவிக் கொண்டிருந்தன. 'எத்தனையளை வாங்கியிருப்பார்? போனில கதைக்கும்போது என்ன வேணும் எண்டு கேடடார். வெக்கமாகத்தான் இருந்தது. ஆனால் சொன்னேன். எனக்கு பான்ரீயும் பிறாவும்தான் வேணுமெண்டு.

"வடிவான லேஸ் வச்சதா வேண்டுங்கோ."

"வேறை ஒண்டும் வேண்டாமோ?" திருப்பித் திருப்பிக் கேட்டார்.

"சங்கிலி? காப்பு? பெபியும்?" என்று என்னைப் புஷ் பண்ணிக் கேட்டதால்

"சரி ஒரு பெபியூமும்." என்றேன்.

அவர் எப்ப வருவார் என்று காத்திருந்தன என் கனவுகள். அவர் வந்ததும் என்னை ஒரு முறை ஏற இறங்கப் பார்த்து "என்ன உம்மடை காலும் கையும் மொத்தமாக் கிடக்கு. படத்தில தெரியேல்ல." என்று கேட்டார். நான் என்ர காலை ஒல்லியாக்கியோ மறைத்தோ படம் எடுக்கவில்லை.

என்னையும் கேட்காமல் சடாரென்று கட்டியணைத்து வாயில் முத்தமிட்டார். எனக்குப் பிடிக்கவேயில்லை. வாரிப் போட்டது. நான் என் உள்ளாடைகளை மனத்தில் வைத்து அசைத்தவாறு முத்தத்தை விழுங்கினேன்.

தன்னோடு ஒரு விளையாட்டுக்கு வரவேண்டுமாம். அப்பதான் அந்தப் பான்ரீக்களைத் தருவாராம். நான் உடனே மறுத்துவிட்டேன். முதலில் எனக்குப் பான்ரீஸ். பிறகுதான் விளையாட்டு. சரி என்ன விளையாட்டு என்று அந்த நேரத்தில் கேட்காத பைத்தியக்காரி. இந்தாள் அவர்தான் என்ர புருசன் எத்தினை பான்ரி எத்தினை பிறாக்கள். எத்தினை நையிற்றி வாங்கி வைத்தவர் தெரியுமா? அப்பா என்னை முழுப் பாவாடையோடுதான் வெளியில் கூட்டிச் செல்வார். வீட்டில் நீண்ட கவுன்கள். எனக்கென்று ஒவ்வொரு வருசமும் தைப்பித்தவைகள். நைற்றிகளும் பருத்தித் துணிகளில் தைத்தவைகள். அவைகளும் கால் முட்ட இருக்கும்.

'இவர் எனக்கு இவ்வளவு நைற்றியளும் வாங்கி வைப்பாரெண்டு நான் நினைக்கவேயில்லை.'

"உங்களுக்கு விருப்பமானதுகளைப் போடுங்கோ" அவர் சொன்னார். லைற் மஞ்சள் பிறாவும் அதே நிறத்தில் ஒரு பான்ரியும் கடும் சிகப்பு நைற்றியும் எடுத்துக்கொண்டு குளியல் அறைக்குக் கொண்டுபோக வெளிக்கிட உடனே என்னை இழுத்து "நல்ல கலர். இது வைன் கலர். இங்க நிண்டே போடும்." என்றார். "சரி நீங்கள் வெளியால போங்கோ." என்றேன்.

"நான் இங்கதான் இருப்பன். விளையாட்டில இது முதல் கட்டம்." அந்த இடத்தை விட்டு அசையவில்லை. நான் பேசாமல் இருந்தேன். "வேளைக்குப் போடும். நான் நாளைக்கு வேளைக்கு எழும்ப வேணும்." அதட்டினார். நான் கண்களை மூடினேன். என்னை காப்பாற்றி இவ்வளவும் வாங்கித் தந்தவருக்கு இதுகூட செய்யக் கூடாதா? துணிந்தேன். ஆனால் என் உடல் கூசிக்கொண்டிருந்தது. நான் அழகான உள்ளாடைகளில் ஊஞ்சல் ஆடியவாறே என்னை மறந்தேன்.

விளையாட்டின் இரண்டாவது கட்டம்.

என் நைற்றியின் நிறத்தில் ஒரு குடிபானம். வைன் என்று சொன்னார். என்னைக் குடிக்க வற்புறுத்த நான் அடம் பிடித்து மறுத்தேன். என்னைக் கட்டிலில் தள்ளி வாய்க்குள் வைனை ஊற்றினார். புளிச்ச அப்பம் போன்ற மணம். இப்போது என்

வாய்க்குள்ளும் கழுத்திலும் ஓடிக்கொண்டிருந்தது. என்னை மீட்ட என் கணவர்தான். என்றாலும் பயம்... களைப்பு... வெட்கம்..

கட்டம் மூன்று

(இதுபோன்ற விளையாட்டுக்கள் அவருக்கு மிகவும் பிடிக்கும். அடிக்கடி விளையாடுவார்)

"வேண்டாம்."

"ஏன் வேண்டாம்?"

"என்னிலை விருப்பம்தானே?. அல்லது ஊரில ஆரையேனும்..?"

"இல்லை."

"அப்ப எப்பிடி உமக்கு உந்தப் பான்ரிக் கதையள் தெரியும்?"

"பெட்டையள் சொன்னது."

"பெட்டையளுக்கு என்னெண்டு தெரியும்?"

"அவையள் வச்சிருக்கினம்?"

"அவைக்கு எங்காலை?"

"வேண்டாம் விடுங்கோ."

"ஏன் வேண்டாம். முந்தி... இத மாதிரி...?"

"இப்ப வேண்டாம்."

"இப்ப வேண்டாட்டி எப்ப...?"

"எனக்குப் பிடிக்கேல்ல."

"என்னைப் பிடிக்கேல்லையோ? அப்ப ஆரைப் பிடிச்சிருக்கு?"

"எனக்கு ஒருத்தரையும் பிடிக்கேல்ல. பிளீஸ் விடுங்கோ." தப்பிக்க முடியாத பூனைக்குட்டிபோல் மிரண்டும் அமுக்கப்பட்டும் கிடந்தேன். கேள்விகளும் தாடி மயிர்களும் முற்களைப்போன்று கன்னங்களிலும் நெஞ்சிலும் குத்திக் கொண்டிருந்தன.

"உம்மோடை படிச்ச பெடியள் இங்க இருக்கினமோ?"

"என்னோட படிச்ச என்ர சொந்தக்காரப் பெடியன் ஒண்டு இயக்கத்தில போய் செத்துப்போனான்." அம்மா சொல்லி அனுப்பினவா எந்த நேரத்தில் கேட்டாலும் உள்ளதைச் சொல்ல வேணுமெண்டு.

"சொல்லும்"

"ஒருத்தன் நோர்வேல. ஒருத்தன் சுவிசில..."

என்னை ஏதோ அமுக்கிக் கொல்வது போன்றிருந்தது. கேள்விகள் தொடர்ந்தன...

"அவையள் ஒருத்தரோடையும் தொடர்பில்லையோ?

"இல்லை."

"நீர் இங்க வாறதென்டு அவையளுக்குத் தெரியுமோ?"

"தெரியாது."

"அவயளின்ர போன் நன்பர் கொண்டுவந்தனீரோ. சொல்லுமன். ஏன் ஊமை மாதிரிக் கிடக்கிறீர்?"

எனக்கு எதுவுமே கேட்கவில்லை. எனக்குள் தடி ஒன்று புகுத்தப்பட்டு குத்துவதுபோல் இருந்தது. அது என் வயிறுவரை குத்திக் கொண்டிருந்தது. அது வயிற்றுக்கு வெளியில் வந்து விடுமோ என்று பயமாக இருந்தது. என் கைகள் நசிக்கப்பட்டு மார்புகள் பச்சை மிளகாய் தேய்த்தது போன்று எரிந்து கொண்ருந்தன. என் பால் உறுப்பு பீச்சல் பயத்தில் தள்ளிய திரவம் எதுவென்று தெரியவில்லை. அவன் பிடியிலிருந்து எழுந்து பார்த்தேன் என் படுக்கை முழுக்க ரத்தம். ஐயோ அம்மா என்றழுதபடி குளியறைக்குள் ஓடினேன். 'எனக்குப் பான்ரியும் வேண்டாம். ஒண்டும் வேண்டாம்.' என் கால்கள் வலியில் கனத்தன. அவை அசைய மறுதன. மெதுவாக கால்களை அகட்டி நடந்தேன்.

எனக்கு அப்போது தெரியாது அவன் மீண்டும் இன்னொரு ஆட்டத்திற்குத் தயாராகிக் கொண்டிருக்கிறான் என்பது.

விண்மீனுக்குச் சிரிக்க மட்டும்தான் தெரியும் என்று பலர் நினைக்கக்கூடும். இந்த நேபிலா விண்மீன் சிரித்தது. அதில் நட்பு இருந்தது. கண்களை அசைத்தது. அதில் காதலை ஒளித்து வைத்திருந்தது. நேபிலா தன் ஒளிகளை பலமாக லூமினா மனசில் பட்டுத் தெறிக்க வைத்தது. அதில் தன் காம எண்ணத்தை காண்பித்தது.

மனசு தன் உடலையும் மறந்து விண்மீனிடம் பேசியது அந்த வார்த்தையில் சூரியனை விடவும் மிகுந்த வீச்சையுடைய ஒளி ஊற்றெடுத்தது. மனசின் உள்ளும் வெளியும் அந்த ஒளி ஊடுருவியது. மனசு பூரிப்பில் தன் திசை, தன் எண்ணம், தன் இருப்பு, தன்னிலை மறந்தது.

நேபிலாவின் ஒளியில் இணைந்து பிணைந்து ஒன்றாகிப் போனது மனசு. எந்த உடல்களாலும் எந்தவொரு வெள்ளி களாலும் வேறெந்த மனசாலும் ஏன் இந்த பூமியும் சூரியக் குடும்பமும்

இதுவரை உணர்ந்திருக்க முடியாத ஒரு நெகிழ்வில் தோய்ந்து கிறங்கிக் கிடந்தது.

பூமியில் மனசைத் தேடியலைந்தன புழுக்கள். அரிக்கும் திசை அறிய அவைக்கு மனசே தேவைப்பட்டது. அவை மனசை வேகமாக மீண்டெடுக்கத் தம் உழைப்பை நிறுத்தியிருந்தன. இதுவொரு அதிகார பகிஸ்கரிப்பு.

மனசு தெரிந்த பழகிய குறுக்குப் பாதையில் விறுக்கென வந்து சேர்ந்தது. புழுக்களின் அரிப்பு உடலுக்குத் தேவை. நேபிலாவின் இடம் மனசுக்கு நிரந்தர இருப்பிடமாக முடியாத நிலையில் அதன் இருப்பு உடல்தானே.

இன்று மனசு விறைத்துப் போய் இருந்தது. எந்தச் திசையிலும் புழுக்களை அசைய உடன்படமுடியவில்லை. நேபிலாவின் அருகிலேயே எப்போதும் இருந்துவிட ஆசைப்பட்டது.

நேபிலாவை தன்னுடன் பூமிக்கு வந்துவிடுமாறு லூமினா கேட்டபோது நேபிலா மௌனமாக இருந்தது.

மறுநாள்.... நேபிலாவிடம் செல்லாமல் விடவே யோசித்தது. மனசுக்கு இருப்புக் கொள்ளவில்லை. தன்னைக் கட்டுப்படுத்த முடியாமற் பெரும் பாடு பட்டது. இருந்து ஏங்கித் தவிப்பதிலும் பார்க்க அங்கு போவதே நல்லதென்று தோன்றியது. ஒரு மெல்லிய வெளிச்சத்தில் உடம்பு அசைந்து கொண்டிருந்தது. புழுக்கள் காமக் களியாட்டத்தை ஆரம்பிக்கத் தயாராகிய நேரத்தில் ஆசை பெருக்கெடுக்க லூமினா ஓடிச் சென்றது நேபிலாவிடம்.

அவனது ஒவ்வொரு விளையாட்டிலும் எனது யோனி புண்ணாகியது. என் அடிவயிறும் தொடைகளும் வலி கூடிக்கொண்டேயிருந்தன. புதிசு புதிசாக அவன் கண்டு பிடித்துக்கொண்டிருந்தான். தான் தனியே இருந்த காலங்களில் பாலியற் தொழிலாளிகளிடம் கற்றுக்கொண்டவைகளை, தனது பழைய வெள்ளைக்கார காதலிகளிடமிருந்து கற்றுக் கொண்டவைகளை இங்கே கட்டம் கட்டமாக விளையாடினான். மனமும் உடலும் அந்த விளையாட்டுக்களை வெறுத்துக் கொண்டிருக்கும்போது அவன் என் அனுமதியின்றி என்னை அழைந்தான். என் மார்பகங்கள் களன்று விழுந்துவிடும் போலவும் என் யோனி பிய்ந்து வெளியே கொட்டி விடுமோ என்றும் பயப்பிடுமளவிற்கும் அவன் விளையாட்டுக்கள் தொடர்ந்தன.

எனக்கும் எனது பெற்றோரைப் புண்படுத்த விருப்பமில்லை. தொலைபேசியில் "நான் இங்க சுகமாவும் எல்லா வசதிகளோடையும் இருக்கிறன்." என்று தெரிவித்தேன்.

சரியான பசி. உங்களுக்குத் தெரியும்தானே. மாத விடாய் வரப்போகிறதென்றால் உடம்பு முழுக்க நோகும். அடி வயிறு வலிக்கும். மிகுந்த பசி வயிற்றைக் கிண்டும். காமமும் தலைக்கு ஏறி நிற்கும் சிலநேரங்களில். ஆனால் அந்த நாயிடம் போகக் கூடாது. எனது உணர்வுகள் பொங்கிப் பொங்கி என்னுள்ளேயே வடிந்துகொண்டிருந்தன. காதல் இல்லாத காமத்தை சுவைக்க மனசு சம்மதிக்கவில்லை.

பசி குடைந்தது. பழங்கள், சிப்ஸ், நட்ஸ் சாப்பிடச் சாப்பிட பசி தீரவில்லை. சில மாதங்களில் இவ்வாறு இருக்கும். அடிவயிறு நொந்துகொண்டிருந்தது. மடியைப்பிடித்தவாறு குப்புறப் படுத்திருந்தேன்.

அவன் வந்தான். களற்றினான். ஏறிப்படுத்தான். நான் வயிற்று வலியில் துடிப்பது பற்றி கவலையில்லை. அவன் கவலை வேறு. "வந்திருந்தால் நல்லாயிருக்கும்." என்றான். குருதியில் குளிப்பதில் குறிகளுக்குத்தான் எத்தனை ஆனந்தம்? அந்த மூன்று நாலு நாட்கள் நான் படும் வேதனை அறியாத நாய். குருதி குடிக்கும் வம்பயர் பிசாசு.

இன்று மனசும் விண்மீனும் பேசி பல மணி நேரங்கள் மகிழ்ந்திருந்தன. பேசாமலும் நேசத்தைப் பருகிக்கொண்டன. நிலவும் வேறு நட்சத்திரங்களும் பொறாமையுடன் நேபிலாவையும் லூமினாவையும் பார்த்திருந்தன.

புழுக்கள் உடலை அரிப்பதற்காகவே காத்திருந்தன. மனசு அலட்சியப் படுத்தியவாறு நேபிலா அருகில் அதன் ஒளியை உள்வாங்கி நிறைந்திருந்தது.

உடலால் பொறுக்கமுடியவில்லை. அறிவித்தல் கொடுத்தது. ஆனால் மனசு நேபிலா அருகில் உணர்ச்சிவசப்பட்டு துள்ளிக் கொண்டிருந்தது. புழுக்களையோ உடலையோ பற்றிய எந்த அக்கறையுமில்லை. நேபிலா வெள்ளியை விட்டு அகல மனமே யில்லை லூமினாவுக்கு. நேபிலாவைச் சுற்றி சுற்றி வந்தது. நேபிலா தனது நேசத்தை தெரிவித்த பின்னரும் எப்படி விட்டு விலகும்?

இப்போது புழுக்கள் அரிக்க மறுக்க உடல் துடித்தது. லூமினாவை வந்துவிடும்படி வெருட்டியது. லூமினா நேபிலாவைத் தன்னுடன்

பூமிக்கு வந்துவிடுமாறு கேட்டது. ஆனால் நேபிலா மௌனமாக இருந்தது.

எதற்காக நேபிலா முதலில் தன்னில் பரவவிட்டு நேசத்தை அள்ளித் தந்தது. பின் பூமிக்கு வர மறுக்கின்றது?

நேபிலா தொடர்ந்தும் மௌனம்.... மௌனம்... மௌனம்.....

லூமினாவிற்குக் குழப்பமாகவிருந்தது. இன்று தான் மீண்டும் புழுத்த பூமிக்குச் செல்லப் போதில்லை. புழுக்களின் அரிப்பையும் பொறுத்துக்கொள்ளப்போவதில்லை. நேபிலாவுடனேயே இங்கேயே இருக்கப் போவதாக லூமினா எண்ணியது. ஆனால் மனதால் தனியே வாழமுடியாதே.

'ஏன் வெள்ளி பூமிக்கு வரக்கூடாது? இல்லை வெள்ளி வர முடியாது.

என்னாலும் இங்கு இருக்கமுடியாது. ஆனால் வெள்ளியை விட்டுப் பிரிய மனமில்லை. வெள்ளி எவ்வளவு அன்பாக இருக்கிறது? வெள்ளியின் நேசம் தெரியவராதிருந்தால் உடலில் புழுக்களின் அரிப்பைத் தாங்கியவாறு இருந்திருக்கலாம்.

ஆனால். இப்போது நேபிலாவின் நேசம் கிடைத்த பின் எப்படி விட்டுப் பிரிவது? மனசு குழப்பமடைந்தது. பின் தெளிவாகியது. பின் மீண்டும் குழம்பியது. குழம்பிக் குழம்பி சோர்ந்து பின் மயங்கி விழுந்தது...

ஒரு மழைத் துளி மனசைக் காவி வந்து இடை வழியில் விட்டுச் சென்றது. மனசு வந்து சேர்ந்தபோது உடலைக் குடையக் காத்திருந்த புழுக்களோ துள்ளிக் குதித்தன.

மனசுக்குக் கோபம் வந்தது. எப்படியோ அரிக்கவும் குடையவும் போகின்றன. அதற்குக் காத்திருக்கத் தேவையில்லை. தாங்களே எத்திசையெனினும் அரித்து தொலைப்பதுதானே. புழுக்களின் குடைதலுக்கு உடல் பயந்து நடுங்கியது.

ஒரு நாள் நான் வைத்தியரிடம் சென்று வீடு திரும்பினேன். ஆடைகளை மாற்ற படுக்கை அறைக்குச் சென்றபோது அங்கிருந்த அலுமாரியில் ஏதோ மெல்லிய சத்தம் கேட்டபோது திறந்து பார்த்தேன். அவன் குந்தியிருந்தான். எந்தன் யோனியையும் மார்பையும் மனசையும் ஐஸ்களின் கீழே ஆழப் புதைத்து வைத்தவன் அவற்றை அன்னியன் எடுத்து உரச்சிப் பார்ப்பானென்ற சந்தேகமும் உண்டா? நாய். சந்தேகப் பிசாசு. சந்தேகிக்க

இடாவேணி 39

அவனுக்கு ஒரு மனசு இருந்ததா? நான் பதட்டத்தில் என் வயிற்றைப் பொத்திப் பிடித்தேன். என்னுடைய ஐந்து மாதக் குழந்தை பயந்துவிடாதபடி அதை அணைத்துக் கொண்டேன். பிறகு என்ன செய்தான் தெரியுமா? என்னைப் பரிசோதித்த வைத்தியர் என்னை அளைந்து பார்த்திருக்கக் கூடும் என்ற சந்தேகத்தில் மணந்து பார்த்தான். பின் அவன் விளையாடத் தொடங்கினான். இப்போதுதான் வானத்திலிருந்து மெதுவாக இறங்கி வரும் பனித் துளி போன்ற என் குழந்தை மிரண்டு போய்க் கிடந்தது. அவன் என் குழந்தைகள் எல்லாவற்றையும் கருவிலேயே மிரள வைத்தவன்தானே!

உடல் உல்லாசத்தில் பறந்துகொண்டிருந்தது. மாதவிடாய்க் காலங்கள் அகன்று கொர்மோன்கள் றிலாக்ஸ்க் ஆகா இருகும். அவைகள்தானே எல்லையில்லா காம உணர்வுகளை தூண்டி விட்டும் பின் தாலாட்டவும் காத்திருப்பதை.

புழுக்களும் இன்று சோமபானம் அருந்தியது போன்று ஒரு மயக்கத்தில் கிடந்தன. அவை எதற்காகவோ தயாராவது போல் உணர்ந்தது மனசு. உடல் உற்சாகத்தில் புரண்டு கொண்டிருந்தது. மனசும் அதே உற்சாகத்துடன் கூத்தாடும் என்று புழுக்கள் எதிர்பார்த்தன. ஆனால் அது பயந்துபோய் இருந்தது.

இன்று தூரத்தில் காட்சிதரும் நேபிலா வெள்ளியைக் காணவில்லை. மனசு அத்தனை ஆசைகளையும் தன்னுள் மறைத்து வைத்திருந்தது. அத்தனையும் இந்த நேபிலாவுக்காகவே! புழுக்கள் அரிக்கத் தொடங்கின. இதுவரை இல்லாத உணர்வுடகளுடன் இன்னும் வேகமாகவும் கிளர்ச்சியிலும் குடைந்து குடைந்து தம் விளையாட்டை ஆரம்பித்தன.

மனசு விண்மீனைப் பார்த்தபடி கிடந்தது. அது தூரத்தில் தெரிந்தது. அழகாகவும் அற்புதமாகவும் நேபிலா காட்சியளித்தது. நேபிலா கண் வெட்டாது பார்த்திருக்கப் புழுக்கள் தங்கள் வேலைகளில் குதித்தன. உடலைக் குடைந்து பின் மனசுக்குத் தாவின.

தசையில் தரையில் தனது விண்மீன் வாழமுடியாதுதானே. இது மனசுக்குத் தெரியும். ஆனாலும் மனசு ஏங்கியது. அழுதது.

அதிசயமாய் எப்போதாவது விண்மீன்கள் தரைக்கு வருவதென்று கேள்விப்பட்டிருக்கு மனசு. அவ்வாறு ஒரு நாள் தன் நேபிலா

வெள்ளி தரையிறங்கக்கூடும். அதுவரை... அதுவரை...

இன்று உடல் வலியில் நெளிந்து புரண்டு சுருண்டது. புழுக்கள் எதையும் கணக்கிலெடுக்காமல் உடலைக் குடைந்தன. மனசு விம்மி விம்மி அழுதது.

விண்மீன்களுக்கான வாழ்வு மிக நீண்டதாகச் சொல்லப் படுகின்றது.

மனசு எங்கே தொடங்கியது? விண்மீன் எப்போது பிறப்பெடுத்தது?

பல கோடி ஆண்டுகளாக வாழும் நட்சத்திரங்களும் ஒரு நாள் வெடித்துச் சிதறும் மனசைப்போன்று!

(27.12.2015, ஸ்காபுறோ, கனடா)

காவோலை

நான்கு பருவகாலங்களில் தானேதான் அழகும் இளமையும் என்ற நினைப்புடன் வாடி வதங்கி விழுந்து சிதைந்துபோன இலை குழைகளையும் மலர்களையும் அள்ளி வந்து உயிர்கொடுத்து பலவண்ண நிறங்கள் பூசிக் கொண்டாடிக்கொண்டிருந்தாள் வசந்தம். ஏராளமானோர் வசந்தத்தின் அணைப்பில் மயங்கிப் போயிருக்க ஒரு இதயம் மட்டும் இலையுதிர்த்து பூ தொலைத்து வாடி நின்றது.

இத்தாலிக்குச் செல்லும் புகையிரதம் பயணிகளைத் தன்னோடு அழைத்துச் செல்ல புகையிரத நிலையத்தை வந்தடைந்தது. ஏற்கனவே பதிந்து வைத்தவர்கள்தான் அழைத்துச் செல்லப் படுவார்கள். ஆயினும் இடம் பிடிக்க ஓடுவதுபோல் ஓடினார்கள்.

ஏஜென்டும் ஐயாவைப் பிடித்துக்கொண்டு ஓடினான். ரெயிலுக்குள் ஏத்தினான். ஒவ்வோரு பெட்டிகளாகப் பாத்துக்கொண்டு வந்தான். யாருமற்ற ஏற்கனவே பதிந்துவைக்கப் படாத இருக்கைகள் உள்ள பெட்டிக்குள் நுளைத்து பெரியவரை மூன்று இருக்கைகள் ஒன்றாகவுள்ள இருக்கைகளுக்குக் கீழ் படுக்கச் சொன்னான். மூச்சுவாங்கியவாறு தனக்கு முன்னிருந்த இருக்கையில் அவர் அமர்ந்தார்.

"உங்களுக்குச் சொல்லறது விளங்கேல்லையா? சீற்றுக்குக் கீழ படுங்கோ. வேளைக்கு! வேளைக்கு!"

"இருக்கவே களைக்கிது. சீற்றுக்குக்கீழ என்னண்டு தம்பி படுக்கிறது?"

"கதைய விட்டிட்டு படுங்கோ. ஆக்கள் ஏறிக்கொண்டிருக்கினம்." கூறியவாறு அவரைப் பிடித்துக் கீழே தள்ளினான்.

ஒரு நாய் படுக்கக்கூடிய சின்ன இடத்தில் குறுகிக்கொண்டு ஐயா படுத்தார்.

"எந்தக்காரணத்தக்கொண்டும் வெளிய வரப்படாது." என்ற அவனின் அதட்டலுக்குப் பயந்து தலையாட்டியபடி குடங்கிக் கிடந்தார்.

"இத்தாலில என்ர மகன் வந்து கூப்பிடுவான்தானே?"

“ஒமோம். இப்பிடியே கதச்சுக்கொண்டு இருந்தியளெண்டா போய்ச் சேரமாட்டியள்." என்றான். பெரியவர் மௌனமானார்.

அவருக்குத் தான் தனது சின்ன மகனிடம் போய்ச் சேர்ந்துவிடுவார் என்கின்ற நம்பிக்கையிருந்தது. இருக்கைகளுக்கு வெளியால் தனது கால்கள் கொஞ்சம் தெரிந்தது. உடனே திடுக்கிட்டவர் போல் கால்களை உள்ளே இழுத்தார். இந்த நிமிடம் வரை ஒரு பிரயாணிகூட வந்தமரவில்லை. தான் ஏன் சீற்றில் இருக்கக்கூடாது என்று நினைத்தார். ஏஜென்டின் முகம் அவர் முன் வந்து நின்றது. அவர் நினைவு பயந்து ஓடியது.

‘இத்தாலியில மகன் வருவானே? பேரப்பிள்ளயள் பாசத்தோட நடப்பினமோ? மருமகள் எப்பிடி என்னை நடத்துவா? கேள்விகள் அவரை மொய்த்துக்கொண்டிருக்க ஒரு ஆணும் பெண்ணும் வந்து அமர்ந்தனர். பெரியவர் மனதில் பெரிய செல் ஒன்று வந்து விழுந்தது. இனி அவர்பாடு இன்னும் கஸ்ரம்.

‘கொஞ்சம் கையக் கால அசச்செண்டாலும் படுத்தனான். இப்ப மூச்சுவிடவே பயமாக்கிடக்கு’

'ரண்டுபேரும் என்னவோ கதைக்கினம். என்னக் கண்டிட்டினமோ? கடவுளே ஏன் எனக்கு இந்தச் சோதின? ஐயோ மூச்சடைக்கிது. தம்பி...! தம்பி..." சுதந்திரமா மூச்சுக்கூட விடமுடியவில்லை. வாய்விட்டு அழவும் முடியவில்லை. தனக்குள் அழுதார் பெரியவர்.

புகையிரதம் ஓடிக்களைத்து ஓர் இடத்தில் நின்று ஓய்வெடுத்தது. சனங்களோ விட்டபாடில்லை. மேலும் மேலும் ஏறி அமர்ந்து அதற்குச் சுமையைக் கூட்டினர்.

தனது மகன் வழியனுப்ப புகையிரதநிலையத்திற்கு வருவானெண்டு ஐயா எதிர்பார்த்தார். யாரெண்டே தெரியாத ஒருத்தன் வந்திருந்தான். தான் வெளிக்கிடும் போது மகனுக்குக் கொஞ்சமெண்டாலும் இரக்கம் வருமெண்டு நினைத்தார்.

கட்டிப்பிடித்துக் கொஞ்சிச் "போட்டு வாங்கோ அப்பா." என்றாவது சொல்லுவானென்று கடைசிவரை நம்பினார்.

'சரியான கல்நெஞ்சக்காரன்.’

அவரது நம்பிக்கை அவருடைய கண்ணீருக்குள்ளேயே கலந்து வீணானது.

'நாங்கள் பெத்த பிள்ள இப்பிடியில்ல. அவன் இளந்தாரியானாப் பிறகுகூட சும்மா வெளியால போறதெண்டா பத்துத்தரம்

"போட்டுவாறன் அம்மா. போட்டுவாறன் அப்பா." எண்டு சொல்லுவான்

தன்ர கலியாண வீட்டில அவன் அழுதுவிட்ட அழுக? வெளிநாட்டுக்குப் போகேக்க "அம்மா கவனமா இருங்கோ. அப்பா அம்மாக்கு சின்ன வருத்தமெண்டாலும் வைச்சுக் கொண்டு இருக்காம டொக்ரரிட்ட கொண்டுபோங்கோ. அப்பா அம்மாவ கவனமா பாத்துக்கொள்ளுங்கோ. நீங்களும் கவனமா இருங்கோ." எண்டு வழிக்கு வழி சொன்னவன். என்னெண்டு மாறினவன்? நல்ல வேள அன்னம் உயிரோட இல்ல. இதையெல்லாம் அனுபவிச்சிருந்தா உடனயே செத்திருப்பாள். கடவுளே நான் மட்டுமேன் உயிரோட இருக்கிறன்? வெளிநாட்டுக்கு வந்தபடியாத்தான் அவன் இப்பிடியாயிற்றான். எங்கட பக்கத்து வீட்டு சுந்தரத்துக்கும் மனிசிக்கும் என்ன நடந்தது எண்டு தெரியுமே?'

'நினைக்க நினைக்க வயிறுபத்தி எரியிது. தங்களுக்குக் குழந்த பிறக்கவேணுமெண்டு பாவம் அதுகள் எத்தினியோ கோயில் குளங்களுக்குப்போய் வேண்டாத தெய்வமில்ல. செய்யாத அரிச்சனயில்ல. அதுகள் வளந்து காட்டிவிட்டுதுகளே பாசத்த. ஒரே ஒரு பொம்பிளப் பிள்ளயெண்டு பொத்திப் பொத்தி வளத்திச்சினம். கடைசியா வெளிநாட்டில இருந்து ஒருத்தன் வந்து கொத்திக்கொண்டு போட்டான். அதுகள் துன்பமும் அழுகையுமா இருந்ததுகள்.

பிறகு மனிசிக்காரி படுத்தபடுக்கையாகிட்டா. கனகாலம் மகள்க்காரி ஒரு தொடர்பும் இல்ல. காசு கீசு அனுப்பிறதுமில்ல. திடீரெண்டு ஒருநாள் வந்திச்சினம். பாசத்தில வரீனமெண்டுதான் சந்தோசப்பட்டினம் ரண்டுபேரும். பேரப்பிள்ளையளையும் கூட்டிக்கொண்டுவந்தவ. வந்தவுடனயே என்ன கேட்டினம் தெரியுமே 'நாங்கள் பிறந்து வளந்த ஊரில காணியோ வீடோ இல்லயோ எண்டு எங்களப்பாத்து பிள்ளையள் கேட்குதுகள் அப்பா. நீங்கள் இல்லாத காலத்தில எங்களுக்கெண்டு ஒரு வீடு இருந்தா பிள்ளயளிண்ட லீவுக்கு ஒவ்வொரு வருசமும் ஊருக்கு வந்து போகலாமெல்லே. சொந்தபந்தங்களும் மறக்காது.'

மகளின்ர சூது விளங்காமல் காணிய எழுதிக்குடுத்தார் தேப்பன்காரர்.

அவையளிண்ட வீட்ட எழுதிவாங்கின கையோட அவையளக் கொண்டுபோய் முதியோர் இல்லத்தில விட்டிட்டுத் தாய்க்கும்

தேப்பனுக்கும் தெரியாமலே வீட்ட வித்திட்டினம். தாய் அதிர்ச்சியில மோசம்போட்டா. பாவம் என்னப்போல சுந்தரம் தனிய இருக்கிறான்.'

ஒரு பயணி ஏறி பெரியவர் படுத்திருந்த தலைக்கு நேரிருந்த இருக்கையில் அமர்ந்தான்.

'சப்பாத்து மணம் வயித்தக் குமட்டிக்கொண்டு வருது. இந்த வயதில இதுகள அனுபவிக்கவேணுமெண்டு என்ர தலவிதி. ரோமில றெயின் போய் நிக்குமாம். அதுக்கங்கால போகாதாம். சின்னவன் வந்து எழுப்பும்வரை ஆடாமல் அசையாமல் படுத்திருக்கட்டாம்? அவன் சிலவேள வராட்டி? என்ரகெதி என்ன? அன்னம் நீ குடுத்துவைச்சனி. வேளைக்கே போய்ச் சேந்திட்டாய்'

புகையிரதம் வேகமாகப் பறந்தது. மரங்களும் பறவைகளும் தினம் தினம் சத்தம் சகித்து காதுகள் வலித்து விரக்தியடைந்திருந்தனர். சில மனிதர் அதை ரசித்துக்கொண்டிருந்தனர்.

'அன்னத்துக்கு திடீரெண்டு காச்சல் வந்து மாறேல்ல. காட்டாத வைத்தியரே இல்ல. ஒண்டும் இல்ல சும்மா காச்சல் எண்டுதான் சொன்னவ. ஒரு நாள் காலம நான்போய் எழுப்பினா எழும்பேல்ல. ரக்சி பிடிச்சுக்கொண்டு டாக்குத்தரிட்ட போனம். அன்னத்துக்கு உயிர்போய் கனநேரமாச்சுதெண்டு சொன்னார். அப்பவே நான் அநாதையாயிட்டன். கொள்ளிவைக்க ஒரு பிள்ளகூட வரேல்ல. ரண்டு வருசம் கழிச்சு மூத்தவன் திடீரெண்டு ஒருநாள் வந்தான்.'

"அப்பா நான் ஒரு வீடு வாங்கப்போறன். எங்களோட வந்து இருங்கோ. தனிய இருந்து என்னசெய்யப்போறியள்?"

'அவன்ர கதை முதல் எனக்குச் சந்தேகமாத்தான் இருந்திது. சுந்தரம் ஏமாந்த மாதிரி நானும் ஏமாந்திடுவனோ எண்டு எனக்கு யோசினயா இருந்திது. என்னத் தன்னோட கூட்டிக்கொண்டு வெளிநாட்டுக்குப் போறன் எண்டு அவன் சொன்னதால எனக்கு நம்பிக்கை வந்திட்டிது. அதோட அன்னத்தின்ர நிலமை மாதிரி எனக்கும் வரக்கூடாது எண்டு நினைச்சிட்டு ஓம் எண்டு சொன்னன்.'

"வீட்ட வித்திட்டு வந்தியளெண்டா அந்தக் காசயும் சேத்து பெரியவீடாக் கட்டுவன். எல்லாருக்கும் தாரளமா இடங்காணும்."

"நீ சொல்லுறதும் சரிதான் தம்பி. ஆனா......... சின்னவனுக்கும் பங்கிருக்கெல்லே..."

"நான் அவனோட கதச்சிட்டன் அப்பா. அவன் என்னையே எல்லாத்தையும் எடுக்கச் சொன்னவன். தான் வீடு வாங்கேக்க அரவாசிக்காசைத் தரட்டாம்."

புகையிரதத்தின் உலுப்பலில் திடுக்கிட்டு விழித்தார் ஐயா. அவர் தொண்டையெல்லாம் வறண்டு போயிருந்தது. பையில் தண்ணீர்ப்போத்தில் இருக்கிறது. எப்படிக் குடிப்பது? இரு சோடி சப்பாத்துக்கள் மூன்று சோடியாக இப்போது மாறியிருந்தன. அவை அசையாமல் தூங்கின. இருட்டுடன் கதைத்தவாறு புகையிரதம் வேகமாகப் பறந்துகொண்டிருந்தது. சத்தம் பெரியவர் காதுகளைக் கிளித்தது. அவருக்குள் பயம்தொற்றிவிட்டது. 'ரெயின் பிரண்டு விழுந்தா....?' பிசிறிக்கொண்டு எழுந்தது அழுகை. இப்பவும் அவரால் சுதந்திரமாக அழமுடியவில்லை.

'சின்னவன் வராட்டி....?'

புகையிரதத்தின் சத்தம் எவரையும் தொந்தரவு செய்ய வில்லைப்போலும். மெதுவாகக் கண்களை மூடி இருக்கைகளில் சரிந்தனர்.

டென்மார்க் விமான நிலயத்தை ஐயா வந்தடைந்தார். பேரப்பிள்ளைகள் மகன் மருமகள் எல்லோரையும் பார்க்கவேண்டுமென்கிற ஆவல் அவசரம் அவருக்கு. மகன் மட்டும்தான் வந்திருந்தான். 'வீட்ட போனாப்பிறகு மருமகளையும் பேரப்பிள்ளையளையும் பாக்கலாம்தானே.' ஏமாற்றத்தை மனதுக்குள் ஒழித்தார்.

வீட்டுக்கு வந்துசேர்ந்ததும் மகனின் வீடு ஐயாவை வரவேற்றது. அதிர்ந்து போனார் ஐயா.

"என்ன தம்பி நான் வந்து பாத்து பிடிச்சாத்தான் வீடு வேண்டுவன் எண்டு சொன்னாய்...?"

"நல்ல ஒரு வீடு கிடைச்சிது அதுதான் வேண்டீற்றன். அதோட நீங்கள் வந்திறங்கின கையோட வீடு பாக்க அலையிறது கஸ்டம் தானே." மகனின் ஏமாற்று புரிந்தது. ஐயா காட்டிக் கொள்ளவில்லை.

பெரியவருக்கு மூச்சு முட்டி நெஞ்சு வெடிப்பதுபோல் உணர்ந்தார். பிரண்டு மறுபக்கம் படுக்கவும் பயமாகவிருந்தது.

"நான் டென்மார்க் வந்து ஐஞ்சு மாசமாச்சுத் தம்பி. என்னை ஆசையா ஒருநாளவாது வெளியால கூட்டிக்கொண்டு போனனியே? வந்த புதிசில ஒருக்கா கடைக்கு கூட்டிக்கொண்டு

போனா. பிறகு ஒருக்கா கோவிலுக்கு. நல்ல காத்துப்பட்டு எத்தின நாளாச்சு? யன்னலத் திறந்து விட்டு படுத்தா அல்லது லயிற்ற போட்டிட்டு வாசிச்சா கறண்ட் கனக்கப்போயிடும் என்டிறா. நான் என்ன செய்யிறது தம்பி? ஊரிலயயெண்டா எவ்வளவு சுதந்திரமாத் திரியலாம். நாலுபேரோட கதைச்சுச் சிரிக்கலாம்?"

“என்னப்பா உங்களுக்கு வயதுபோன நேரத்தில கொழுப்புப் பிடிச்சிட்டிதே? நேரத்துக்கு நேரம் சாப்பாடு துணிமணி எல்லாம் எடுத்துத்தாறன். ஊரில அனாதமாதிரி இருந்தனிங்கள். இதுக்குமிஞ்சி உங்களுக்கு என்ன தேவ? உங்களுக்கு காசப்பற்றி என்ன தெரியும்? நானும் மனிசியும் எவ்வளவு கஸ்ரப்பட்டு வேல செய்யிறம்?

“அப்ப என்ன தம்பி நான் ஊரில வேல செய்யேல்ல எண்டே சொல்லுறா? உங்கள் ரண்டு பேரயும் வளக்கிறத்துக்கு எத்தின பாடுபட்டுச் சம்பாதிச்சனான். அதெல்லாம் உனக்கு மறந்து போச்சாக்கும்?"

“அங்க என்னத்தப் பிடிங்கினியள்? அஞ்சாறு ஓலய எடுத்துப் பின்னுவியள். அதக்கொண்டுபோய் விப்பியள். ஆற்றயேன் தோட்டத்த குத்தகைக்கு எடுத்து வெங்காயம் நடுவியள். அது நட்டம் என்பியள். கடைசியா ஆருக்கேன் சுருட்டிக் குடுத்திட்டு ஐஞ்சப் பத்த வேண்டிக்கொண்டு வருவியள். சொந்தமாக் காணி வைச்சு தொழில் செய்தனியளே?”

“சொந்தமா தொழில் செய்யாட்டிலும் உங்களுக்கு மூண்டுவேள சாப்பாடு போட்டனான்தானே. ஏனப்பு உப்பிடிக் கதைக்கிறா? நீ என்ன தொழில் செய்யிறா எண்டு எத்தின தரம் கேட்டிட்டன். சொன்னனியே? நீ கக்கூசுகள் கழுவிற வேலதான் செய்யிறியாம்."

“உங்களுக்கு வாக்கு மாறிப்போச்சுதே? அவன் சொன்னான் இவன் சொன்னான் எண்டு ஏதோ உளர்றியள்? நான் ஒரு றெஸ்ரோறன்ற் சொந்தமா வைச்சு நடத்திறன்?"

“இங்ச வா நிலன். நீ தாத்தாக்கு ஏதாவது சொன்னனியோ?”

“இல்லையப்பா நான் சொல்லேல்ல. த..ங்..க..ச்..சி..தா..ன்....... அப்பா நான் சொல்லேல்ல. அடிக்காதேங்கோப்பா....ஐயோ அடிக்காதேங்கோ."

“எங்கட பிரச்சனைக்குள்ள ஏன் அதுகள இழுக்கிறா. எனக்கு ஒருத்தரும் சொல்லேல்ல."

'நீ வாய மூடு கிழவா. எனக்கு என்ன செய்யிறதெண்டு தெரியும். ஒருத்தரும் சொல்லேல்லயெண்டா நீ ஒட்டுக் கேட்டனியா?"

‘சின்னனுகள் எப்பிடியும் என்னைத் தேடுங்கள். அந்தப் பிள்ளையளுக்கு என்னத்தைச் சொல்லிவைகிறானோ தெரியாது.’

அம்மாவும் அப்பாவும் வேலையிலிருந்து வரும் நேரம் பிள்ளைகளுக்குத் தெரியும் என்பதால் ரீவியைப் போட்டு தமக்குப் பிடித்த நிகழ்ச்சி பாத்துக்கொண்டிருந்தார்கள். தாத்தாவும் வந்து அவர்களுடன் இருந்தார். களைப்பில் கண் அயர்ந்துவிட்டார்.

பிள்ளைகளும் தமது அறைகளுக்குச் சென்று வீட்டு வேலைகளைச் செய்யத் தொடங்கிவிட்டார்கள்.

“பிள்ளயள் படிச்சுக்கொண்டிருக்கினம். நீங்கள் என்னெண்டா ரீவியப் போட்டிட்டு நித்திரகொள்ளிறியள்? சும்மா இருக்கிற பிள்ளையளை கெடுக்கத் தொடங்கீற்றியளோ?”

“தம்பி.... பிள்ளயளோட கதைப்பமெண்டு வந்தனான்.”

“நீங்கள் கதைக்கவும் வேண்டாம். கோலுக்க இருந்து நித்திரையும் கொள்ளவேண்டாம். இனிமே உங்கட றூமுக்க இருந்தாச் சரி. கிழட்டு வயதில ரீவி தேவயில்ல.”

அது றூமெண்டு இவன்தான் சொல்கிறான். வீட்டுக்கு வருபவர்கள் "இம்மளவு நாளும் ஸ்ரோர்றூமா வச்சிருந்திட்டு இப்ப அப்பாவை விட்டிருக்கிறியள். அப்பா பாவமெல்லே." என்று சொல்கிறார்கள். "தான் ஒருத்தனுக்கு என்னத்துக்குப் பெரிய அறை இதுகாணுமெண்டு தானே விரும்பித்தான் இருக்கிறார்." எண்டு பெரியவர் ஏதாவது கதைத்தாலுமெண்டு முந்திக்கொண்டு சொல்லிவிடுவான் மகன்.

‘காலமச்சாப்பாடு ஒருதுண்டு பாண். மத்தியானம் முதல் நாள் சாப்பாடு போட்டுவைச்சிட்டுப் போவா மருமேள். காலமேல நித்திர வராது அதனால வேளைக்கு எழும்பிடுவன். பன்னிரண்டு மணியாகிறத்துக்குள்ளயே சரியாப் பசிக்கும். சாப்பிடத் துடங்கினன் புழுத்தமணம் அடிக்கிது. நாறின சாப்பாடு. கொட்டிப்போட்டு பிறிச்சுக்குள்ள கிடந்த சாப்பாட்ட சாப்பிட்டன். இப்பிடியொரு நல்ல சாப்பாடு நான் ஒருநாளும் இஞ்ச வந்ததுக்குச் சாப்பிடேல்ல. நல்ல நித்திரவந்திட்டிது.”

“அப்பா. அப்பா. எழும்புங்கோ. கிழவா எழும்பு.”

“என்னதம்பி? என்ன நடந்தது?”

“என்ன நடந்ததோ? செய்யிறதயும் செய்திட்டு ஒண்டும் தெரியாத மாதிரி நடிக்கிறது.”

“ஏனப்பா இப்பிடிக் கதக்கிறா? என்ன நடந்தது?”

“உதுவும் கேப்பியள் இன்னும் கேப்பியள். என்ர மனிசி காலம எழும்பி சமச்சிட்டு வேலக்குப்போனது. அந்தச் சாப்பாட்ட எடுத்துச் சாப்பிட்டிட்டு நித்திரவேற கொள்ளிறியள். வெக்கமாயில்லையே?"

“எனக்கெண்டு வைச்ச சாப்பாடு பழுதாப்போச்சு. அதுதான்... தம்பி..."

“என்ன மாமா? அப்ப நான் உங்களுக்கு பழுதான சாப்பாடு தந்தனாளெண்டு சொல்லிறியளே?”

“இல்லப் பிள்ள...."

“கதைக்காதேங்கோ. இனிமே என்னோட துண்டாக் கதைக்காதேங்கோ. வேற வீடுகளிலயும் தாய்தேப்பன ஊரிலயிருந்து எடுத்துவைச்சிருக்கினம். அதுகள் எவ்வளவு உதவியா இருக்கிதுகள். நீங்கள் எப்பவும் எங்களுக்கு உபத்திரவம் தான்."

‘மருமேள் ரண்டு கிழமையா என்னோட கதைக்கிறேல்ல. செய்யவேண்டிய வேலையளை மட்டும் பேப்பரில் எழுதி வைப்பா.’

துணியள் தோய்க்கப் போட்டிருக்கிறன் எடுத்துக் காயப் போடவும். பாத்திரங்கள் கழுவிவைக்கவும். ஹோலை ஒருக்கா கூவர் பிடிச்சுவிடுங்கோ......

‘ரண்டு கிழமையா நான் ஒழுங்கா சாப்பிடேல்ல. சாப்பிடுங்கோ எண்டு ஒருத்தரும் கேக்கேல்ல. என்னச் சின்னவனிட்ட அனுப்பப் போறதா கதைக்கினம்.’

"அம்மா தாத்தாவப் போவேண்டாமெண்டு சொல்லுங்கோ."

"அடி வேண்டப்போறியளே. வாயமூடுங்கோ."

“நான் வெளிக்கிடேக்க பிள்ளையள் அழுதுகள். அதுகள கடைசிவரைக்கும் பாக்கவே விடேல்ல.”

புகையிரதம் நிறுத்தப்பட்டது.

தொப்...தொப்......தொப்தொப்.....

‘என்ன சத்தம் இது? தூரத்தான கேக்கிது.’ பெரியவருக்கு ஒன்றும் புரியவில்லை. சத்தம் நெருங்கியது. தடித்த பெரிய சப்பாத்துக்கள்தான் சத்தம் போட்டன என்பது பெரியவரால் உணரமுடிந்தது. அவர் படுத்திருந்த பெட்டிக்குள் நுளைந்த சப்பாத்துக்கள் அமர்ந்திருந்தவர்களுடன் கதைத்துவிட்டு கீழே குனிந்தன. பெரியவரைக் கண்டதும் நமட்டுச் சிரிப்புடன் அவரை வெளியில் வரும்படி சைகைசெய்தன.

‘தம்பி இதப்பற்றி ஒண்டும் சொல்லேல்லையே. கூட்டிக் கொண்டு வந்த தம்பியும் ஒண்டும் சொல்லேல்ல. ஒருவேள இத்தாலிக்கு வந்திட்டமோ? அப்ப ஏன் சின்னவன் வரேல்ல?’

யோசிக்க அவங்கள் விட்டபாடில்ல. புகையிரதத்தால் இறக்கி பொலிஸ்வாகனத்தில் ஏத்தினாங்கள். நின்றவர்கள் இருந்தவர்கள் சென்றுகொண்டிருந்தவர்கள் கண்களுக்கு நல்ல தீனி கிடைத்தது.

"நாங்கள் ஜேர்மன் பொலிஸ். நீங்கள் சட்டவிரோதமா பிரயாணம் செய்திருக்கிறீர்கள். அதுதான் உங்களைப் பிடித்துக் கொண்டுபோறோம்."

ஐயாவுக்கு என்ன நடக்கிறது என்றே புரியவில்லை. பொலிஸ் என்பது மட்டும்தான் புரிந்தது. அழுகை அழுகையாக வந்தது. ‘அன்னம் என்ர நிலமைய பாரடி. நீ மட்டும் நிம்மதியாப் போய்ச் சேந்திட்டாய்.’

‘எனக்கு இப்ப ஏழரச்சனிதான் விளயாட்டுக்காட்டுது போல. இவங்கள் கொண்டுபோய் என்னை என்ன செய்யப் போறங்களெண்டு தெரியேல்ல.’

டென்மார்க்கிற்கும் ஜேர்மனிக்குமான எல்லைப் பொலிஸ் தாம் ஒருவரைப் பிடித்துவிட்ட சந்தோசத்துடன் பெரியவரை சிறையில் அடைத்தது. கண்ணீரும் அழுகையுமாக அவர் நித்திரையின்றி படுத்திருந்தார். சாப்பாடு வேணுமா சாப்பிட்டியா? நீ எங்கிருந்து வருகிறாய்? எங்கு போகப்போகிறாய்? யார் உன்னை அனுப்பி வைத்தது? ஜேர்மன்மொழி விளங்கினாற்தானே கேள்விகள் விளங்கும் என்று அறியாத முட்டாள்கள் வேள்விகளைக் கேக்க பெரியவரின் பதில் அழுகையாக இருந்தது.

காலையில் ஒரு தமிழர் ஐயாவிடம் வந்தார். ‘தம்பி அனுப்பின ஆள்தானெண்டு’ நினைத்துக்கொண்டு “வாங்கோ தம்பி" என்று சிரித்த முகத்துடன் வரவேற்றார்.

சிரிப்புடன் "ஐயா நான் டொல்மேச்சர் மொழிபெயர்ப்பாளர். உங்கள அவங்கள் விசாரிக்கப்போறங்கள். அதுக்கு நான்தான் மொழிபெயர்க்க வந்தனான்."

“அப்ப நீர் எனக்கு உதவிசெய்ய வரேல்லயே தம்பி?"

“உங்களுக்கு நான் ஒரு உதவியும் செய்யேலாது. பொலிசுக்குத்தான் உதவிசெய்யலாம்."

“எங்கட ஆளாயிருக்கிறீர். பிறகு என்னதம்பி நீர் உப்பிடிச் சொல்லுறீர்?"

"இது என்ர வேல. நான் ஒண்டும் செய்யேலாது."

பொலிசுக்காரன் பேப்பருடன் வந்தான். "தொடங்கலாமா?" என்று தமிழனுக்கு சைகை காட்டினான்.

"எங்கயிருந்து வாறீங்கள்?"

"இலங்கை."

"எங்கிருந்து ரெயினில் வந்தனீர்கள்?

ஐயா உண்மையச் சொல்லலாமா சொல்லக்கூடாதா என்று யோசித்தார்.

"தம்பி உண்மையச் சொல்லலாமே?" மொழிபெயர்க்க வந்த பெடியனைப் பார்த்துக் கேட்டார் ஐயா.

"ஐயா என்னட்டக் கேக்காதேங்கோ. அவங்களுக்குக் கோவம் வந்திடும்."

"என்ன சொல்லுறார்?" பொலிஸ்.

"என்ன சொல்லுறது எண்டு யோசிக்காமல் உண்மயச் சொல்லுங்கோ." பெடியன்.

"டென்மார்க்கில இருந்து வாறன்."

"டென்மார்க்கில இருந்து வாறதெண்டு எங்களுக்கும் தெரியும். யாரிடமிருந்து வருகிறீர்கள்?

"சொன்னா என்ன இத்தாலிக்குப்போக விட்டிடுவியளே?"

"ஓம். நிச்சயமா."

"என்ர மூத்த மகன் என்ன ஸ்பொன்சர் பண்ணி கூப்பிட்டவன். அங்க ஐஞ்சுமாசம் இருந்திட்டு இத்தாலில இருக்கிற இளைய மகனிட்டப் போறன்."

"நீங்கள் என்ன காரியம் செய்திருக்கிறியள் எண்டு உங்களுக்குத் தெரியுமோ?"

"தெரியேல்லத் தம்பி."

"சட்டவிரோதமா ஜேர்மனிக்குள்ள வந்திருக்கிறியள். அதுமட்டுமில்லை ரிக்கற் இல்லாமல் பிரயாணம் செய்திருக்கிறியள். ஒரே நேரத்தில் இரண்டு குற்றம் செய்திருக்கிறியள்."

"என்ன சொல்லிறார் இவர். எனக்கு ஒண்டும் விளங்கேல. தம்பிதான் என்ன அனுப்பிவைச்சவன். எனக்கு இந்த நாட்டப்பற்றியும் சட்டத்தப்பற்றியும் என்னதெரியும். தம்பி சொன்னபடி செய்தன்."

“உங்கட மகனின்ர விலாசம், ரெலிபோன் நம்பர தாறியளா?"

“என்னட்ட இல்ல. தம்பி நீர் எங்கடபெடியன்தானே? ஒருக்காச் சொல்லுமன்."

“அவங்கள் சட்டமெண்டாச் சட்டம்தானய்யா."

“அப்ப என்னை என்ன செய்யப் போறாங்கள்?'

“உங்களுக்கு விசா இன்னும் இருக்கோ இல்லயோ எண்டு தெரியாது. உங்கட மகன்ர ரெலிபோன் நம்பரோ விலாசமோ இல்ல. டென்மார்க் நகரசபையோட தொடர்புகொண்டாப்பிறகு டென்மார்க்குத்தான் அனுப்புவம். ரிக்கற் இல்லாமல் பிரயாணம் செய்ததுக்கு பயின் கட்டவேணும்."

ஐயாவை மீண்டும் வைத்துப் பூட்டினார்கள்.

“உங்களுடைய பெயரைக்கொண்டு உங்களுக்கு எவ்வளவு காலம் விசா இருக்கிறது என்பதனை விசாரித்தோம். நீங்கள் மூன்று மாத விசாவில் வந்து இரண்டு மாதங்கள் அதிகமாக இருந்துவிட்டீர்கள். உங்களை டென்மார்க்குக்கு திருப்பி அனுப்புவோம். அவர்கள் உங்களை இலங்கைக்குத்தான் அனுப்புவார்கள்." சொல்லிவிட்டுக் கதவை மூடினான் பொலிஸ்.

“நிரந்தரமா நான் தம்பியோட இருக்கத்தானே அவன் என்ன கூப்பிட்டவன்..... இவையள் ஏன் உப்பிடிச் சொல்லினம்...”

ஐயாவுக்கு ஒண்டுமாப் புரியேல்லை. ஐயா அழத்தொடங்கினார். ‘இலங்கையில இருந்த வீட்டையும் வித்தாச்சு. எங்கபோய் இருக்கிறது. சின்னவனையும் பாக்கேலாது. அன்னம் நீ இருந்தாலாவது என்ன பிரச்சனையெண்டாலும் சகிச்சுக் கொண்டிருப்பன். இப்ப என்ன செய்ய? அங்க போய் எப்பிடி இருப்பன். என்ர பிள்ளையள் இப்பிடிச் செய்யுமெண்டு ஆர் யோசிச்சது.”

பெரியவருக்கு உடம்பெல்லாம் விறைத்து நடுங்கியது.

(நன்றி: கூர் 2008, கனடா)

கசப்பூ

யாராவது பார்த்துவிடுவார்களோ என்ற அச்சத்துடன் பெட்டியைத் திறந்தாள். பின்னர் பதற்றத்துடன் பெட்டியை மூடினாள்.

பாவக்காய்களைத் தாறுமாறாக வெட்டி நிலத்தில் எறிந்து கொண்டிருந்தாள் வதனி.

"என்ன செய்யிறா? இஞ்ச விடு" கையில் இருந்த கத்தியைப் பிடுங்கி எடுத்தார் அம்பிகை. வதனிக்குக் கோபம் வரவில்லை. அமைதியாய்க் குசினிக்குள் இருந்து நகர்ந்தாள். பாவம் பாவக்காய்த் துண்டுகள். இன்னும் பச்சையாய்.. முரட்டுத் தனமாய்... "காப்பாத்துங்கோ! காப்பாத்துங்கோ!" கத்திக்கொண்டு கீழே கிடந்து அவதிப்பட்டன.

"பாவக்காய் வெட்டினா கும்பாக்குள்ள போடவேணுமெண்டு தெரியாதோ? பே பிடிச்சமாதிரித் திரியிது." அம்பிகை பேசினாலும் வதனி காதில் விழுத்துவதில்லை. சமையல் அவளுக்குப் பிடிக்காது. ஊரிலும் இங்கையும் தேவையெண்டால் மட்டும்தான் குசினிக்குப் போவாள்.

றிமோட்டை அழுத்தினாள். இருபத்தி நான்கு மணித்தியாலமும் செய்திகளைக் கக்கிக்கொண்டிருக்கும் சனல் அது. வேறு சனல்களை மாத்த முடியவில்லை. 'சரி இதையே பார்த்துத் தொலைக்கலாம்'.

"வெங்காயம் உரிக்கத் தெரியாத பொம்பிளையும் ஒரு பொம்பிளையோ?"

புருசனுக்குச் சாப்பாடு போட்டுக் குடுக்கத் தெரியாது. இதுவும் ஒரு பொம்பிளையோ? தேத்தண்ணி போடத் தெரியாத பொம்பிளையும் ஒரு பொம்பிளையோ?" இந்த ஏழு மாதங்களும் கேட்டுச் சலித்துவிட்டது. தன்னைப் பற்றியே அவளுக்கு அக்கறையில்லை. மாமியின் ஏச்சுக்களைக் கணக்கிலெடுப்பதில்லை யென்றாலும் சில கணங்கள் சுள்ளென்றிருக்கும்.

பெட்டியை மெதுவாகத் திறந்தாள். யாரோ நடந்துவரும் சத்தம் கேட்டது. பதற்றத்துடன் பெட்டியை விறுக்கென்று மூடினாள்.

கொஞ்ச நேரம் படுத்தால் நல்லாயிருக்கும். அதுக்கும் மாமி ஏதாவது சொல்லுவார். "பகல்ல என்ன படுக்கை? குடும்பம் விடியாது." இன்று நச்சரிப்பைச் சகிக்க முடியவில்லை. ரீவியையே உற்றுப் பார்த்தபடி இருந்தாள்.

சிறுமியைக் காணவில்லை. தாயும் அவள் காதலனும் அழுதுகொண்டிருந்தார்கள். வதனிக்கும் கவலை. தாயிடம் ரீவிக்காறர் பெரிய மைக்கை வைத்து பேசினார். வதனிக்கு அழுகை அழுகையாக வந்தது. ஒரு கார் சறுக்கி வீதியைவிட்டு காட்டுக்கும் வீதிக்குமிடையில் ஓடும் ஆற்றுக்குள் விழுந்துவிட்டது.

38 வயதுடைய ஒருவர் கொலை செய்யப்பட்டு பாதையில் கிடந்தார். 'சவத்தைக் கிட்டவே காட்டிறது? உந்த 'ரீவிக்' காரருக்கு வேற வேலையில்லை.' வயித்தில் பெரிய கத்திக் குத்து. ரத்தம் உறைஞ்சிருந்தது. வதனிக்குத் தலை கிண் கிண் என்று இடிக்க அந்த இடத்தைவிட்டு ஓடிவிடலாம் போலிருந்தது. ஆனால் அசையாமல் உற்றுப் பார்த்துக்கொண்டேயிருந்தாள். அவளின் பிரச்சினையே இதுதான். இப்படியான நேரங்களில் இருக்கும் இடத்தைவிட்டு அசையமாட்டாள்.

"ஐயோ ஐயோ..." தீடீரென்று கத்தினாள் தலையை இரண்டு கைகளாலும் பொத்திப்பிடித்தபடி வதனி.

மாமி ஓடி வந்து கையை இழுத்தார். "இப்ப ஏன் இந்தக் கூச்சல் போடுறாய்?" குரலை உயர்த்திக் கத்தினார் மாமி. "ரத்தம் ரத்தம்" தொலைக்காட்சியைக் காட்டினாள். அங்கு சிலர் ஓடியாடி விளையாடிக்கொண்டிருந்தார்கள்.

"உனக்கென்ன விசரே? பேயைப் பாத்தமாதிரி கத்திறாய். நான் என்னவோ ஏதோ எண்டு பயந்திட்டன். 'ரீவில' சும்மா சனம் விளையாடிக்கொண்டிருக்கிதுகள்." மாமியை முறைத்துப் பார்த்தாள் வதனி. பின் சடாரென்று எழுந்து அறைக்குள் வந்துவிட்டாள். மாமிக்கு விளங்கவேயில்லை. 'படிப்பறிவில்லாததது களை கலியாணம் கட்டினா இப்பிடித்தான்.'

அவர்களது அறை அவளுக்கு ஒரு அமைதியான கோயில்போல். மெத்தைக்கு மேல் விரிப்பில் பறவைகள் பறக்காமல் இருந்தன. 'பாவம்' என்று நினைத்துக்கொண்டாள். விரிப்பை ஒதுக்கிவிட்டு

இருந்தாள். பறவைகளுக்குமேல் இருக்க எப்படி மனம்வரும்? மாமியின் கரைச்சல் இல்லாமல் நிம்மதியாய் இருக்கக்கூடிய இடம் இதுதான். ‘இங்கேயும் சில நேரம் மனுசி வந்திடும்.’ குமரன் வீட்டில் நிற்கும் இரவுகளும் சனிஞாயிறுகளும் அவள் முழுமையான சுதந்திரத்தைப் பருகுவாள்.

வதனிக்குப் பிடித்தமானதில் ஒன்று சூடான மழையில் குளிப்பது. தலைக்கு நேராக ஊத்தும் மழை உடல் முழுவதையும் நனைத்து புதுமணத்தைக் தரும். ஒரு மணத்தியாலம் இந்த இன்பத்தை உடலும் மனசும் உறுஞ்சிச் குடிக்கும். இங்கு பெய்யும் மழை அவளை ஊருக்குத் தூக்கிச்செல்லும். ஊரிலும் சில நாட்கள் மழை சூடாகவே இருக்கும். அம்மா நனையவிட மாட்டா. “கலியாணம் கட்டிற வயசில இது என்ன சின்னப்பிள்ளமாதிரி விளையாட்டு?” இழுத்துக்கொண்டு வீட்டுக்குள் வந்துவிடுவார். அவளுடன் அளைந்து விளையாடும் பக்கத்துவீட்டுப் பிள்ளைகளையும் துரத்திவிடுவார். போன சுதந்திரம் திரும்பவும் இங்கு கிடைத்த புழுகம்.

இந்த மழையில் மண்ணின் வாசனை இருக்காதுதான். ஆனால் மனம் மசியும் வேறு வாசனைகளும் மூக்கைத் துளைத்து பிறகு மனசுக்குள்ளும் இறங்கி கிறு கிறெண்டிருக்கும். வீட்டுக்குள் அவளுக்கெனத் தனியே பெய்யும் மழையிது. வதனி நனையத் தொடங்கிப் பத்து நிமிசத்துக்குள்ளேயே மாமி குளியலறைக் கதவைத் தட்டுவார். குமரன் அம்மாவைக் கண்டிப்பான். “அவவைக் குளிக்கவிடுங்களன். நீங்கள் போகவேணுமென்டா கீழ போட்டு வாங்கோ.” அவனின் தைரியத்தில் வதனி குளிகுளியெண்டு குளிப்பாள் சூட்டு மழையில் உதடுகளும் கைவிரல்களும் சோர்ந்துபோகும் வரையில்....

எப்பவுமே ஒன்பது மணிக்குப் பிந்தித்தான் எழும்புவாள் வதனி. மாமி சும்மா விடமாட்டார். குமரன் அவளை விட்டுக் கொடுப்பதில்லை “ஊரில இருந்து வந்த களை” என்பான். இவன் இப்பவே தன்னுடைய மனுசிக்கு வக்காலத்து வாங்கிறான் என்று நினைப்பார். அம்பிகை. ஆனால் வாய்விட்டுச் சொல்வதில்லை.

யாராவது பார்த்துவிடுவார்களோ என்ற அச்சத்துடன் பெட்டியைத் திறந்தாள் வதனி. ஆனால் பெட்டிக்குள்ளிருந்து எதையும் எடுக்க முடியவில்லை. அதற்குள் யாரோ வரும் சத்தம் கேட்டது. பெட்டியைச் சடாரென்று மூடினாள்.

“எட்டு ஒன்பது மணிக்கெல்லாம் படுக்கப்போய் இப்பிடியோ காலங்காத்தால எழும்பாமல் கிடக்கிறது? அதுவும் ஒரு குடும்பப் பொம்பிள?”

அம்பிகை தனது ஒரே ஒரு மகனைக் கட்டிக்குடுத்தால்தான் நின்மதியாக இருக்கலாமென்று நினைத்தார். மனுசி பத்து வயசிலேயே சமைக்கத் தொடங்கிவிட்டார். மருமகள் வந்தும் தனக்கு ஓய்வில்லை. புறுபுறுத்தார். வந்த மருமகளுக்குத்தான் சமையல் தெரியாது. வீட்டுவேலைகளும் செய்வதில்லலை. காலையில் வீட்டை மட்டும் கூட்டுவாள். குப்பைகள் இல்லாவிட்டாலும்கூட.

ஆறு மாதங்கள் சிணுங்கிச் சிணுங்கி விடிந்திருந்தும் குமரனுக்கும் புரியவில்லை. தாய்க்கு முன்னால் எதுவும் சொல்லாமல் அறையில் வைத்து வதனியிடம் சொன்னான். வதனி சரி என்று தலையாட்டினாள். ஆனால் அடுத்த நாளும் ஒன்பது மணிக்குப் பின்னர்தான் எழும்பினாள். அவளுக்கு எத்தனை மணத்தியாலங்கள் படுத்தெழுப்பினாலும் சோர்வாகவே இருக்கும். திரும்பவும் படுக்கலாம்போல் தலை இருட்டிக்கொண்டு வரும், பசிக்காது. என்ன உடுப்புப் போடவேணும்? என்ன சாப்பிடவேணும்? என்பதிலெல்லாம் ஒரு பிடிப்பேயில்லை. ‘ரீவிக்கு’ முன்னாலும் நித்திரை தூங்கி விழுந்தாள். வெளியில் செல்லவும் ஆர்வமில்லை.

ஊரில் அவள் நண்பிகளிடம் போக அம்மா விடவே மாட்டார். வீட்டுக்கு விருந்தினர்கள் வந்தால் உள்ளே அனுப்பிவைப்பார். ஆரம்பத்தில் அடம்பிடித்தாள். பின்னர் அதுவே நித்திரை கொள்வதற்கு வாய்ப்பாகிவிட்டது. இங்கு எப்போதாவது யாராவது வருவார்கள். மாமியும் அவளை உள்ளே அனுப்பினார். குமரன் இருந்தால் உது நடக்காத காரியம். தன்ர மருமோளை மற்றவர்கள் கண்ணில் காட்டுவதே மனுசிக்கு வெட்கம். குழம்பிய தலைமயிருடன் வந்திருப்பாள். அம்பிகைக்குப் பத்திக்கொண்டு வரும்.

வதனியின் முகம் பயத்தில் மாறிப்போனது. பார்க்கிற இடமெல்லாம் ரத்தமாக ஓடியது. யாரிடமாவது பேசவேண்டும். அம்மாவின் போன் இலக்கத்தை ஒரு டயரியில் எழுதி வைத்திருக்கின்றாள். பக்கத்தில் குமரன் அவளுக்காக வாங்கி வைத்த தொலைபேசி அட்டையிருந்தது. அதில் பேசினால் காசு குறைவு. ஆனால் அதற்குப் பல கதவுகள். அவற்றைத் தாண்டிச் செல்வது அவளைப் பொறுத்தளவில் லேசுப்பட்ட காரியமில்லை.

ரொறொன்ரோவுக்கான எண்களை முதலில் கண்டுபிடிக்க வேண்டும். சரியாக அவற்றை அழுத்தினால்தான் முதல் கதவு திறக்கும். பின்னர் இன்னும் சில எண்களை அழுத்தவேண்டும். அதன்பின்னர் மற்றக் கதவும் திறபடும். கடைசியாக இன்னொன்று. அதுதான் இரக்கமுள்ளது. அதன் பின்னர்தான் அம்மாவின் குரலோ அப்பாவின் குரலோ கேட்கும். எண்களை மாறி அழுத்தினால் யாரோ அன்னியரின் குரல்.

வதனிக்கு இது தலையிடி பிடித்த வேலை. சரியான கஸ்ரமென்றால் “நேரயே பேசும்.” குமரன் சொல்லியிருக்கிறான். “ஆனால் அம்மாவுக்கு மட்டும் சொல்லிப்போடாதையும்.”

அம்மாவின் குரல் கேட்டு வதனி அழுதுவிட்டாள். “நீ காலமை போட்டனியோ?” அம்மாவுக்கு பொய் சொல்வதில்லை. அவள் அமைதி அம்மாவைக் கோபப்படுத்தியது.

“எத்தின தரம் படிச்சுப் படிச்சுச் சொன்னாலும் கேட்க மாட்டியோ? இஞ்சயிருந்தே சொல்லிவிட்டனான். நீ உன்ர தங்கச்சியளின்ர வாழ்க்கையையும் அழிக்கப்போறாய்.” அம்மா மறுமுனையில் கத்தினாள். வதனி விக்கி, விக்கி அழுதாள். ஏதாவது நடந்து மகள் திரும்பி நாட்டுக்கு வந்திட்டால் மற்றப் பெட்டைப் பிள்ளைகளின் வாழ்க்கை கெட்டுவிடுமென்று அவருக்கு பதற்றம். கற்பனை செய்துகூடப் பார்க்க முடியவில்லை.

“சொட்டெண்டவுடன அழத்தொடங்கிடு. அழுறதைத் தவிர வேறயொண்டும் தெரியாதே?” கத்தினாலும் அம்மாவுக்கு மனம் இளகிவிட்டது. பின்னர் மென்மையான குரலில் “போய் இப்ப போட்டிட்டு வா. பிறகு கதை. ஆற்ரையேன் கண்ணில காட்டிப் போடாத. நல்லொரு வாழ்க்கை கிடச்சிருக்கு. நழுவ விட்டிடாத பிள்ள.”

பெட்டியை உற்றுப் பார்த்தாள். மண்ணிறப் பெட்டி.இந்தப் பெட்டி தான் அவளுக்கு வாழ்வளித்தது. இந்த மந்திரப் பெட்டிக்குள் கொஞ்ச உடுப்புகளும் நிறையக் மந்திரங்களையும் கொண்டுவந்தாள். இல்லையென்றால் ஊரில் அம்மா தொடக்கம் அயல் வீட்டுக்கார் வரையில் கரிச்சுக்கொட்டிக்கொண்டிருப்பார்கள். இவளுக்குக் கலியாணமே நடக்காதென்று அடித்துச் சொன்னவர்களும் உண்டு.

யாராவது பார்த்துவிடுவார்களோ என்ற அச்சத்துடன் பெட்டியைத் திறந்தாள் வதனி. அடியில் கையை விட்டு ஒன்றை எடுத்தாள். தலைசுற்றியது.

குசினிக்குள் எட்டிப் பார்த்தாள். மாமி இல்லை. குளிக்கின்றார். திடீரென கண் மங்கியது...'இப்ப எங்க நிற்கிறன்? என்ன செய்யிறன்?' அவளுக்கு மறந்துபோச்சு.

ஒன்பதாம் வகுப்பிலிருந்தே வதனிக்குப் படிக்கும் ஆர்வம் இல்லை. புத்தகத்தையே முறைத்துப் பார்த்துக்கொண்டிருக்கிறாள் என்று ரீச்சர் வதனியின் அம்மாவுக்குப் பல தடவைகள் சொன்னார். வீட்டிலும் சாப்பாட்டை முறைத்துப் பார்த்தபடி இருந்தாள். குளிக்க விருப்பமில்லை. பசியில்லை. எப்பவுமே சுருண்டு படுத்திருந்தாள். தாய் பதறிப்போனார். எப்பிடி ஓடியாடி உற்சாகமாய்த் திரிஞ்ச பிள்ளை? வைத்தியரிடம் அழைத்துப் போனார்.

மாமா வீட்டுக்குள் வரும் சத்தம் கேட்டது. அவசரமாக மூடிவைத்துவிட்டு கையைப் பொத்தியபடி குசினிக்குப் போனாள் வதனி. தண்ணீரை எடுத்துக் குடிக்கும்போது மாமன் கண்டு விட்டார். என்ன வெறுங்கையை எடுத்து வாய்க்குள் வைக்கிறாள் மருமகள் என்று ஆச்சரியப்பட்டார். ஆனால் எதுவும் கேட்க வில்லை. மாமா நிறையப் பேசமாட்டார். அற்புதமான மனிதர். எதிலும் தலைபோடாமல் இருந்தால் அவர்கள் அற்புதமானவர்கள் தானே. "பிள்ளை சுகமோ?" என்று மட்டும் கேட்பார்.

"இப்பிடிப்பட்ட ஒரு பொம்பிளையை ஒருக்காலும் நான் சந்திக்கேல்ல. வேளைக்கு எழும்பாது. ஒரு வேலையும் தெரியாது. குளிக்கப்போனாலும் வராது. சனங்களோட கதைச்சுப் பேசவும் தெரியாது." மாமிக்காரி தமக்கையிடம்தான் தன் மனக் குமுறல்களைச் சொல்லி அழுவார்.

"உதுக்குத்தான் வடிவா விசாரிச்சுச் செய்யச் சொன்னான்?"

"விசாரிக்க இவன் விட்டாலெல்லோ. அதுக்கிடையிலையே போட்டோவப் பாத்திட்டு தனக்கு இந்தப் பெட்டதான் வேணு மெண்டு ஒற்றக் காலில நிண்டான். உங்களுக்குத் தெரியும்தானே அக்கா."

"சமைக்கத் தெரியாத பொம்பிளையும் எங்கையேன் இருக்கோ? விசித்திரமாக் கிடக்கு." அக்கா கொதிக்கும் மனதுக்குச் சுடு தண்ணீர் ஊற்றினார்.

வதனியின் பெட்டியில்தான் மாமிக்குக் கண். பூட்டில்லாமல் இருக்கும்வரைக்கும் எதையும் யோசிக்கவில்லை. பூட்டைப் பார்த்த நாளாய் ஆர்வக்கோளாறில் மண்டை அரித்தது. தாயும் மகளும் என்ன பேசினம் என்பதை ஒட்டுக் கேட்டும் பிடிபடவில்லை.

'அந்தப் பெட்டிக்குள் காசு வச்சிருப்பினமோ? பிளான் பண்ணி ஆரோடையேன் ஓடப்போறாளோ?' அம்பிகைக்கு தலைவெடித்திடும் போல் இருந்தது.

"இப்ப போய் எடுக்கிறன் வையுங்கோ". வதனி போனை அடித்து வைத்தாள். மாமிக்குச் சந்தேகம் இன்னுமின்னும் மண்டையை அரித்தது.

"என்ன எடுக்கிறன் எண்டு சொன்னாய்? தாயும் மேளும் என்ன கதைச்சனீங்கள்?"

".......".

"என்ன எடுக்கவேணும்..."

"......."

"பொறு. தம்பி வரட்டும்"

குமரன் வேலையால் வீட்டுக்குள் வந்ததும் அம்பிகை உடனேயே முறையிட்டார்.

"உம்மெண்டுகொண்டு. ஒண்டும் சொல்லிறதில்ல. என்னெண்டு கேள் தம்பி."

குமரன் அவளை அறைக்குள் அழைத்துக் கேட்டபோது அவள் அழத்தொடங்கிவிட்டாள். குமரன் கட்டாயப்படுத்தவில்லை.

தலையைக் கிளறிக் கிளறி மாமிக்கு தலையே பத்தி எரிந்திடும் போலிருந்தது. வதனி குளிக்கச் சென்ற ஒரு நாள் கண்டுபிடித்தார் திறப்பை மெத்தைக்கு அடியில். மனுசி அதிர்ந்துபோச்சு. பெட்டியின் கால்வாசிக்குக் குளிசைப் பெட்டியள். அம்பிகைக்குப் புரியவில்லை. அக்காவுக்குத்தான் போன் போட்டார். அவர் உடனையே வந்தார். ஊரிலையே அக்கா இங்கிலீஸ் மீடியம்.

"இது டிப்பிறசனுக்குப் போடுற குளிசை."

"உவளவையள் ரண்டுபேரும் உதப்பற்றித்தான் குசுகுசுசெண்டு கதைக்கிறவளவையோ? என்ர பிள்ளேன்ர வாழ்க்கையை அழிச்சுப்போட்டாளவ. படுபாவியள்."

வதனிக்கு மன நோய் என்று வைத்தியர் சொன்னபோது வதனியின் தாயார் உடனே நினைத்தது 'கலியாணம் எப்பிடிச் செய்துவைக்கப்போறன்? ஊர் சனங்களுக்குத் தெரிஞ்சால் என்ன செய்யிறது? மூண்டு பொம்பிளைப் பிள்ளையளையும் எப்படிக் கரைசேர்க்கிறது?' என்றுதான். தலையில் அடித்துக்கொண்டார். மருந்தை விட அம்மனில்தான் நம்பிக்கை அதிகம். அரிச்சனைகள் பூசைகள் செய்தும் வதனியின் நடவடிக்கைதான் மாறவில்லை.

அயல் சனங்கள் மூளையில்லாத ஆட்களென்று முடிவு செய்திட்டார். ஆனால் பக்கத்து ஓட்டைகளைக் கண்டு பிடிப்பதிலேயே கூடுதலான ஆர்வமுள்ளவர்களுக்கு இதுதானே பிரதான வேலை. சாடைமாடையாகக் கதைக்கத் தொடங்கி விட்டார்கள். மடியில் நெருப்பைக் கட்டிவைத்துக் கொண்டு அடுத்த ஊர்க் கோயில்களுக்கும் திரிந்தார். ஆனால் சாமி எப்பவோ கைவிட்டிட்டிது. அதற்குப் பிறகுதான் வைத்தியரில் முழு நம்பிக்கையும் வைத்து கலியாணத்தைச் செய்துவைத்தார். அயல் வீட்டுக்காரர் கல்லுக்குத்தினாலுமென்று காதோடு காதாகத்தான் கலியாணம் நடந்தது.

மாமி அதிர்ச்சியிலிருந்து இன்னும் அரக்கவில்லை. கோபம். 'கேடுகெட்ட குடும்பம்.'

உடனேயே வதனியின் தாயாருக்குப் போனெடுத்து "பைத்தியத்தை என்ர மகன்ர தலையிலை கட்டிவிட்டியளோ? நீங்கள் நல்லாயிருப்பியளோ?" என்று தொலைபேசி சூடேறும் வரையிலும் கத்தினார். வதனியின் தாயார் அஞ்சுங்கெட்டு அறிவும்கெடும் நிலையில் தொலைபேசியை வைத்துவிட்டார்.

குமரனை வேலையிலிருந்து வேளைக்கே வீட்டுக்குக் கூப்பிட்டார். வதனியையும் கிளிகிளியெண்டு கிளிச்சும் மனம் ஆறவில்லை. வதனிக்கு ஏதாவது ஏறினால்தானே?

"கூட நித்திர கொள்ளுறா எண்டு முதலே டொக்ரரோட கதைச்சனான். கொஞ்சக் காலம் பாத்திட்டுச் சரிவராட்டிக் கூட்டிக் கொண்டு வரச்சொன்னவர்." குமரன் அமைதியாகச் சொன்னான்.

"மருந்தெடுத்தும் உது மாறாது. குஞ்சியாச்சீன்ர மருமோளுக்கு என்ன நடந்ததெண்டு உனக்குத் தெரியும்தானே." சொந்தக்காரருக்குத் தெரியவந்தால் தன்னைத்தான் பழிப்பினம். அம்பிகை மற்றாக்களை நாக்கு வளைக்கிறதில் கெட்டிக்காரி. உறவுகளுக்குத் தெரியவந்தாலுமென்று அம்பிகைக்கு ஒரே யோசனை.

வதனி படுத்திருந்தாள். பஞ்சுமெத்தை சுகமாக இல்லை. தலைச்சுற்று. சத்தி. குளியல் அறைக்கு போவதும் ஓங்காழிப்பதுமாக இருந்தவளிடம் ஒரு பிளாஸ்ரிக் பையைக் கொடுத்து அங்கேயே படுத்திருக்கும்படி சொன்னான் குமரன்.

ஒரு குட்டித் தூறல் அவள் வயிற்றுக்குள். மெதுவாக அவள் மனதிலும் உடல் முழுவதிலும் பரவிக்கொண்டிருந்தது. சூட்டு மழையிலோ குளிர் மழையிலோ நனைவதைவிடவும் அழகான உணர்வு இது.

மாமி எப்பவும் போல கரிச்சுச் கொட்டிக்கொண்டிருந்தார். குமரனின் அப்பா இன்று முழுக்க 'ரீவிக்கு' முன்னால்தான். ஒரு வார்த்தை பேசினாரா தெரியவில்லை. மனதுக்குள் அவருக்கும் ஏதோ ஓடிக்கொண்டிருக்கின்றது.

வதனியின் அம்மா போனில் அவளைத் திட்டித் தீர்த்தார். "குளிசையளை எடுத்திருந்தால் இப்படி வந்திருக்குமோ? படிச்சுப் படிச்சுச் சொன்னனான்." அம்மாவின் பேச்சு அவளை ஒன்றும் செய்யாது. அவளுக்கு இப்ப அம்மாவின் மடியில் படுக்க வேண்டும்.

ஒரு கிழமையாக அம்பிகையும் அக்காவும் மாறிமாறிக் குசுகுசுத்தார்கள். அம்பிகையின் அக்கா குமரனின் அப்பாவுடன் பேசினார்.

"பிள்ளத் தாச்சி எண்டா குளிசை எடுக்கேலாது. குளிசை போடாட்டி பயித்தியம் முத்திச்சிதென்டா?" குமரனுக்கு வதனியை அம்மா பைத்தியம் என்று சொல்வதில் வருத்தம். ஆனால் அம்மா சொல்வதும் ஒருவகையில் உண்மை. பிள்ளைத் தாச்சியெண்டா குளிசை போடேலாது என்றுதான் நண்பனும் சொன்னான்.

"கூடினால் என்ன செய்வாய்? சமாளிக்கேலாது தம்பி. நீ வேலைக்குப் போடுவாய். பிள்ளையை ஆர் பாக்கிறது? எங்களுக்கும் வயசு போட்டிது..."

குமரன் பெரியம்மாவுடனும் நண்பர்களுடன் பேசினான். குழப்பம். வதனியில் விருப்பம்தான். ஆனால் அவை செய்ததும் பிழை. தன்னை அப்பாவாகக் கற்பனை செய்து மகிழ்ந்தான். ஆனால் அம்மா சொல்வதுபோல் பிள்ளை பிறந்து வதனிக்கு முத்தினால்? பிள்ளைக்கும் ஏதாவது நடந்திட்டால்....?

பயம். மகிழ்ச்சி. பயம். மகிழ்ச்சி. பயம். பயம்.

வதனி வயிற்றைப் பக்குவமாகப் பிடித்தபடி காருக்குள் ஏறினாள். 'கிட்டடியிலதான் போனது. ஏன் திரும்பவும்?' வதனிக்கு விளங்கவில்லை.' "இன்னுமொரு செக்கப் இருக்கு." மாமி பக்குவமாக வதனியைப் பிடித்து காரிலிருந்து இறக்கினார். ஒரு நாளும் மாமி இப்பிடிக் கரிசனையோடு நடந்ததில்லை.

ஊசி ஏற்றினார் தமிழ்ப் பொம்பிளை வைத்தியர். மெதுவாக மயக்கமானாள் வதனி. மாமியையும் சகோதரியையும் வெளியே அனுப்பினார். இந்த வைத்தியரை குமரனின் பெரியம்மாவுக்குக்

கனகாலமாகத் தெரியும். பல உதவிகள் செய்திருக்கின்றார். அவரின் வேலையில்லாத மகன் லண்டன் போறத்துக்கு வேலை செய்யும் கடிதமும் சம்பளக் கடிதமும் தயாரித்துக் குடுத்த நல்ல வைத்தியர். தன்னுடைய வேலைக்கேற்ப பணம்தான் கேட்பார்.

வைத்தியர் வதனியின் கருவறையிலிருந்த கருவை ஈன இரக்கமில்லாமல் சிதைத்து ரத்தமும் சதையுமாக வெளி யேற்றினார். வதனி கண் முழித்தபின் வயிற்று வலியுடனும் துடை வலியுடனும் நடக்க முடியாமல் நடந்தாள். எதையும் யோசிக்கும் நிலையில் அவள் இல்லை. குமரனும் அன்று இரவு பிந்தித்தான் வீடு வந்தான். வதனியின் முகத்தை அவன் பார்த்துப் பேசவில்லை. அவளும் பார்க்கவில்லை.

இரண்டு நாட்கள் வலியில் துடித்துப்போனாள் வதனி. மூன்றாம் நாள்தான் வதனிக்குக் குமரனின் பெரியம்மா சொன்னார். வீரிட்டுக் கத்தினாள். சாப்பிடவேயில்லை. குளிக்கவுமில்லை. அவளை நனைத்த குட்டித் தூறல் விட்டுப் போச்சு. உடல் காய்ந்து எரிந்தது. மனசும் களைத்துப்போனது.

“கொலைகாரர். என்னையும் கொலை செய்யப்போயினம்” புலம்பினாள். மூலைக்குள் ஒளித்திருந்தாள். குழந்தையை அழிக்காமல் விட்டிருக்கலாம் என்று அறைக்குள் இருக்கும்போது யோசித்து அழுதான் குமரன்.

“பாத்தியே தம்பி முத்திப்போச்சு. இப்பிடியே வச்சிருந்தா எங்கேயேன் விழுந்துகிழுந்து செத்துப்போடும். உடனயே ஊருக்கு அனுப்புவம். இல்லாட்டி எங்களிலதான் பழிவரும்.”

குமரனுக்கு இப்ப நல்ல நண்பனென்றால் அது வொட்காதான். வதனியை வலுகட்டாயமாக ஊருக்கு அனுப்பி ஒன்பது வருடங்கள். வதனியுடன் வாழ்ந்த காலங்களை அவனால் மறக்க முடியவில்லை என்று அழுதழுது குடிக்கத்தொடங்கி, குடியைப் பிரிந்து வாழமுடியாது என்றளவுக்கு அவனது வாழ்க்கையோடு ஒன்றிணைந்துவிட்டது. அதனால் வேலை துரோகியாகி. வீட்டிலிருப்பதும், நித்திரைகொள்வதும் நாளாந்த வேலையாகி விட்டது.

குமரனின் தாய் தனக்குப் பிறகு மகன் தனிச்சுப் போவானென்று அக்காவுக்கும் வைத்தியருக்கும் புலம்பிக் கொண்டு திரிஞ்சார். இவ்வளவு காலமாக இன்னொரு கலியாணம் வேண்டாம் என்று இருந்தவனை ஒருமாதிரிச் சம்மதிக்க வைத்து ஊரில் பல

பகுதிகளாலும் விசாரித்து “ஒழுங்கான ஒரு பொம்பிளையை” கண்டுபிடித்தார். கனடாப் பொம்பிளைப் பிள்ளைகளில் அவருக்கு நல்ல அபிப்ராயமோ நம்பிக்கையோ இல்லை.

வைத்தியரிடன் வேலைக் கடிதம் வாங்குவதற்கு காசு கொடுத்து அரசாங்கத்துக்கும் மாத வரி கட்டி ஏற்பாடு செய்திருந்தார். மகனை ஊருக்குக் கூட்டிக்கொண்டும் போனார். ஒரு கிழமையாய் சரியாகச் சிரமப்பட்டு மகனைக் குடிக்கவிடாமல் பக்கத்திலை யிருந்தே பாத்துக்கொள்ளலாமென்றால் பொம்பிளை வீட்டுக்குப் போன அன்று புளுகத்தில் குடித்தான் குமரன். மனுசி தோயவார்த்து தங்கியிருந்த வீட்டுக்காரருக்கும் “இருந்திட்டு கொண்டாட்டங்களுக்குத்தான் குடிப்பான். அங்க எல்லாப் பொடியளும் இப்பிடித்தான்.” என்று சமாளிச்சிட்டார்.

ஆனால் வெளி நாட்டுக்காரர் குடிக்காமல் விடமாட்டினம். பத்மினியின் அப்பா திரும்பத் திரும்பக் கேட்டும் “தம்பி ஒரு நாளுமே குடிக்கிறேல்ல.” என்று நாக்கூசாமல் சத்தியம் பண்ணிச் சொல்லிப்போட்டார்.

பத்மினிக்குத் தான் குடிக்காத ஒரு ஆணைத்தான் கலியாணம் செய்யவேணும் என்று விருப்பம். குமரனையும் அவளுக்குப் பொய்சொல்லுற ஆள்மாதிரித் தெரியேல்ல.

கனடாவுக்கு வந்து இரண்டு நாளிலையே தெரியவந்தது. அப்பாவுக்குப் போனெடுத்து அழுது தன்னைத் திரும்பிக் கூப்பிடுங்கோ என்று கேட்டும் அவர் “சமாளிச்சு நட பிள்ளை. இந்தக் காலத்தில குடிக்காத ஆம்பிளையள் இருக்கினமோ?” என்று புத்திமதி சொன்னார்.

ஒரு வருசத்தில் குமரனையும் மாமியையும் வெறுத்துப்போச்சு பத்மினிக்கு. பொய்க்குமேல் சொல்லும் பொய்களை அள்ளி எறிவதா அல்லது அவன் எடுக்கின்ற சத்தியளை அள்ளி யெறிவதா? குளிக்கவும் மாட்டான். நாத்தம். தடவியும் ஏசியும் ஒரு மாற்றமும் இல்லை.

ஒரு நாள் பத்மினி வீட்டைவிட்டுப் போனாள். திரும்பிவரவேயில்லை.

“தம்பிக்கு வாற பொம்பிளையள் முழுக்க இப்பிடியாக் கிடக்கு. உவளுக்கு உங்க ஆரோ இருக்கினம். அவனொடதான் ஓடீற்றாள். முதலே பிளான் பண்ணித்தான் வந்தவள். எங்கட காலம் மாதிரி இல்லை. இப்பத்தேயான் பொம்பிளையள் மோசம்.” என்று மாமி போன் எடுத்து உறவுகளுக்குப் புலம்பினார்.

"ஒரு பொம்பிளையால புருசனைத் திருத்தேலாதோ? இதெல்லாம் ஒரு சாட்டு. குடும்பத்துக்கு ஆகாத தோறை." இப்பிடிப் பெரியம்மா சொல்லித் திரிஞ்சார். வொட்காவைக் கட்டிப் பிடித்தபடி அழுது விழுந்தவனைத் தகப்பன் தூக்கிச் சாப்பாடு தீத்திவிட்டார்.

"இவன் ஒழுங்கான ஆளென்டா அவளை அடிச்சு இழுத்துக் கொண்டு வரட்டும்." தாய் குமுறிப் பின் வாய்விட்டுக் குளறினார். ஆனால் குமரனுக்கு எதுவும் உறைக்கவில்லை. அவன் தனது ஒரே துணையான வொட்காவோடு பேசிக்கொண்டிருந்தான்.

ஊரில்....

அரிந்த பாவக்காய்களை பக்குவமாகக் கோப்பைக்குள் போட்டுக்கொண்டிருந்தாள் வதனி.

வயிற்றுக்குள்ளும் மனதிலும் எழுந்து ஓய்துபோன தூறலின் ஞாபகங்கள் இடையிடையே உடல் முழுதையும் எரிக்கும். இன்றும் லேசாகத் தூறலின் வாசனை...வயிற்றைக் கிளறியது..... உடலைச் சுட்டெரித்தது...

அழவில்லை. கோபம்!. கோபம்! கோபம்! பெட்டியைத் திறக்கையில் பக்கத்து வீட்டுக்கார் யாராவது பார்ப்பார்களோ? பார்த்தாலென்ன? பதற்றம் இல்லாமல் பெட்டியைத் திறந்தே வைத்திருந்தாள்.

(2018, ஸ்காபுறோ, கனடா)

கையடை

"குவா. குவா. குவா."
"குவா. குவா. குவா."

கண்மணிக்குக் கேட்கிறது. ஆனால் இது கனவா? உண்மையா? உண்மையில் குழந்தை அழுதாலும் திரும்பவும் தூங்கிவிடும் என்று நினைத்து கண்களைத் திறக்காமல் இருக்கின்றார். ஆனால் குழந்தை இப்போது வீரிட்டு அழத் தொடங்கியதும் கண்களைத் திறந்தார். குழந்தை விடாமல் அழுதுகொண்டே இருந்தது.

வியர்வையில் குளித்த மாதிரி உணர்ந்தார். அனைத்து விளக்குகளும் தூங்கிக்கொண்டிருந்தன. கரு இருள். கண்மணியின் வலது கை அசையாமற் கிடந்தது. 'இங்கதானே குழந்தை படுத்திருந்தது? இப்ப எங்க போனது?'

'போன கிழமைதானே பிறந்த குழந்தை. பால்குடி வேற.' இடது கையால் தனது வலது பக்கத்துப் படுக்கையைத் தடவிப் பார்த்தார். குழந்தை பக்கத்தில் இல்லை. கெட்ட கோபம்தான் வந்தது.

'என்ர குழந்தை எங்க?' குழப்பத்துடன் வேகமாகத் தடவினார். விரித்திருந்த துணிதான் கைக்குள் சிக்கியது. 'எங்க போனது?' பிள்ளையை எப்பிடித் தேடுவது? குழந்தையின் சத்தமும் குழந்தையைக் காணாததும் ஆவேசமாய் பொங்க,

"இஞ்ச வா. பெட்டை, இஞ்சை ஓடி வா." என்று கத்தினார். பெட்டை ஓடி வந்தது. ஓ அந்தப் பெட்டை நான் தானே. ஓடிப் போனேன்.

'அந்த மனுசி எழும்பி கட்டில் நுனியில இருந்து விழுந்து போடும். அதுக்குள்ள ஓடிப் போயிடவேணும்.'

மின் சக்தியை சேமித்து வைத்திருக்கும் விளக்குடன் மேல் மாடியிலிருந்து இறங்கினேன். விளக்கின் சக்தி குறைந்து கொண்டிருந்தது. நேற்றுப் பின்னேரத்திலிருந்து அயல் வீடுகளிலும் மின் தடைப்பட்டிருந்தது. இரவு முழுக்க சமாளிக்கலாம்

என்றுதான் நினைத்தேன். ஆனால் இந்தக் கண்மணி இரவிரவாக எழும்பியபடிதான் இருக்கின்றார். மெதுவாகப் படியில் இருந்து இறங்கினேன். 10 சதவீதம் சார்ச்தான் மிகுதி.

நான் கீழே இறங்கி கண்மணி இருந்த கட்டிலுக்கு அருகே சென்று பார்த்தேன். 'பாத்தீங்களே நான் சொன்ன மாதிரித்தான் நடந்திருக்கும். கொஞ்சம் பிந்திப் போயிருந்தால் அவ்வளவுதான். எல்லாருக்கும் நான்தான் பதில் சொல்லிக்கொண்டிருக்கவேணும். கண்மணி எழும்பி கட்டில் நுனியில் இருக்கிறா. விழுந்து போனாவெண்டா திரும்பவும் கால் கை உடைஞ்சுபோனால் அவவுக்கும் கஸ்ரம். எங்களுக்கும் கஸ்ரம்.' நான் யோசித்துக் கொண்டிருக்கும்போதே கூப்பிடுகிறார்.

"எங்கையடி போனனீ? என்ரை பிள்ளையை எங்க கொண்டு போனனீ? என்ர பிள்ளையை கொண்டு வா இங்க."

"பிள்ளை அங்க இருக்கு. நீங்கள் யோசிக்காமல் நித்திரையைக் கொள்ளுங்கோ. இப்ப விடிஞ்சிடும். ரண்டுமணியாச்சு."

"எனக்குக் கதை சொல்லாத விசரி. இப்ப என்ர பிள்ளையை உடன கொண்டு வா."

கையில் விளக்கைப் பிடித்தவாறு யோசித்துக் கொண்டிருந்தேன். இந்த இருட்டுக்குள் பிள்ளையை எங்கே தேடுவது?

'நேற்றுப் பகல் கறண்ட் இல்லாமல்போனதில இருந்து கரைச்சலாக் கிடக்கு. சாட்டும் சொல்ல ஏலாது. எப்பிடியாவது பிள்ளையைக் கண்டுபிடிக்கவேண்டுமே. ஒரு யோசன வந்திட்டிது.'

"கீழ குளிர் எண்டு பின்னேரம் வந்த நேர்ஸ் பிள்ளையை மேல படுக்கவைச்சவா." என்று சொல்லவும் என்னை முறைத்துப் பார்க்கிறார்.

"விழப் போறியள். கொஞ்சம் பின்னுக்குத் தள்ளியிருங்கோ. உடன உங்கடை பிள்ளையைக் கொண்டு வாறன்."

"விசரி கதைச்சுக் கொண்டிராத. பிள்ளையைப் பெத்த உடம்பு புண்ணாய் எரியிது. அங்கத் தள்ளு இங்கத் தள்ளு எண்டு எனக்கு வேலை சொல்லாமல் என்ர பிள்ளையை உடன கொண்டுவா. பால் குடுக்க வேணும்."

கண்மணியம்மாவின் கட்டிலைச் சிறிது முன்னுக்கு உருட்டினேன். மெதுவாகப் பின்பக்கம் சென்று அவரை பின்பக்கத்திலிருந்து கட்டிப்பிடித்தவாறு பின்னுக்குத் தள்ளி கட்டிலின் நடுவுக்குக் கொண்டு வர முயன்றேன். எனக்கு மூச்சு வாங்கியது. ஆனால் அவர் அசையவேயில்லை. கண்மணி சின்னப் பொம்பிளைதான்.

ஆனால் அகலமான பெரிய உடம்பு. எந்த மனிதரையும் எவ்வளவு பாரமாக இருந்தாலும் அசைக்கலாம். ஆனால் மன வைராக்கியத்துடன் அசையவே மாட்டோம் என்றிருந்தால் ஒரு கடுகு அளவுகூட அசைக்கவே முடியாதுதானே.

இப்ப அவசரமாகப் பிள்ளை ஒன்று தேவை. பிள்ளையைக் கண்ணில் காண்பித்தால் மட்டுமே அவரை அசைக்க முடியும். இல்லையெனில் அவர் கட்டிலில் இருந்து விழுந்துவிடுவார்.

ஒரு பெரிய துவாயை எடுத்து தலையணை உறைகளையும் வைத்து குழந்தை மாதிரி சுற்றினேன். அது கிட்டப்பார்த்தால் குழந்தை மாதிரி இருக்காது. ஆனால் தூரப்பார்த்தால் நம்ப வைக்கலாம். அவரது கட்டிலுக்கு சிறிது தள்ளியிருந்த இன்னுமொரு வெறும் கட்டிலில் நான் செய்த குழந்தையைப் பக்குவமாகப் படுத்தினேன்.

"குழந்தை நல்லா நித்திரை கொள்ளுது. இப்ப எழுப்ப வேண்டாம். சரியோ."

"நான் பால் குடுக்க வேணும். இஞ்ச கொண்டு வா பாப்பம். கனக்கக் கதைச்சுக்கொண்டு நிக்காத."

கண்மணி எழும்ப முயன்றார். அவரது ஒரு கை மட்டுமல்ல ஒரு காலும் இயங்காது. அதனால் உதவிக்கிருக்கும் நாலூண்டியும் ஒருவரின் துணையும் தேவை. ஆனால் அவர் தனது மனத் தைரியத்தினால் அரக்கிக் கட்டில் நுனிவரை மட்டுமல்ல சிலவேளைகளில் கட்டிலின் கீழ்ப்பகுதிவரையில் வந்து விழுந்தும்விடுவார்..

"உங்கடை குழந்தை நித்திரை கொள்ளுது. இப்ப எழுப்பவேண்டாம்."

"அப்ப ஏன் முதல் கத்தினது?"

"கனவு கண்டிருக்கும். இப்ப நித்திரை. நீங்கள் படுங்கோ."

"அதுக்குப் பசிக்கிதோ தெரியாது. இண்டைக்கு முழுக்கப் பால் குடிக்கேல்லை. இஞ்ச கொண்டுவா."

"நீங்கள் அப்போதையே பால் குடுத்திட்டியள். பிள்ள நல்லாக் குடிச்சிது எண்டுதான் சொன்னனியள். யோசிக்காதேங்கோ. இனி அழுதால் குடுக்கலாம்." ஒரு பொய்யும் மேலாய் சொல்லி அவரை அமைதிப்படுத்தவேண்டியிருந்தது. விளக்கின் சார்ச் மிகுதி இருந்தால்தானே காலைவரை சமாளிக்கமுடியும். வேறு வழியும் எனக்குத் தெரியவில்லை.

கண்மணிக்கு இப்போதுதான் நிம்மதி. குழந்தை தூங்கிறது. மெதுவாகப் பிடித்து சரித்துப் படுத்தினேன். கட்டிலின் ஒரு பக்கம் தொங்கிக்கொண்டிருந்த இரு கால்களையும் தூக்கிவைத்தேன். செயலிழந்திருந்த வலது கையை உயர்த்தி கீழே சிறிய ஒரு தலையணையை வைத்துவிட்டுப் போர்வையால் மூடிவிட்டேன்.

பின் வெளிக் கதவுக்குப் பக்கத்தில்தான் அவவினுடைய கட்டில் இருந்தது. வெளியில் குறைந்தது சய 25 பாகையில் குளிர் நடுங்கிக்கொண்டிருந்தது. காற்றும் சேர்ந்து ஊ ஊ என்று சூடான வீட்டுக்குள் புகுந்து தன்னைச் சூடாக்க முயன்றுகொண்டிந்தது.

எல்லா அடைப்புகளையும் பிய்த்துக்கொண்டு உட்புகுந்து கொண்டிருக்கும் காற்று கதவை உடைத்துவிடுவேன் என்று அச்சமூட்டியது. நூறு ஆண்டுகளுக்குப் பின் ஏற்பட்ட உறைபனி தொடர்ந்து சில நாட்கள் நீடிப்பதால் மரங்களினது மனிதர்களது வாழ்வையும் கேள்விக்குட்படுத்தியது. ஏற்கனவே பல மரங்கள் முறிந்து விழுந்ததில் நகரத்தில் சேதங்கள் நிறைய.

இன்று இரவு என்ன நடக்குமோ....?

எமது அயல் முழுவதுமே மின் துண்டிக்கப்பட்டிருந்தது. வீட்டின் மேற்பகுதியில் எரிந்துகொண்டிருக்கும் கணப்படுப்பிலிருந்து கீழே மெதுவாக அசைந்துவரும் வெக்கையை நம்பியே இன்றைய பொழுது பயந்து பயந்து கழிகிறது.

அதனால் இன்னுமொரு தடித்த போர்வையை எடுத்துப் போர்த்திவிட்டேன். தலையைத் தடவி "இப்ப நிம்மதியாப் படுங்கோ." என்று சொன்னேன்.

அவர் படுத்திருந்தவாறே என்னைப் பார்த்தார். நித்திரையும் கவலையும் கலந்து அவரது கண்களை மெதுவாக அழுத்தியது. பரிதாபமாக "பிள்ளை பெத்த உடம்பு. தெரியும்தானே. புண்ணாய்க் கொதிக்கிது." என்று சொல்லி என்னைப் பார்த்தார். அவரின் ஒரு கண்ணிலிருந்து கண்ணீர் வழிந்துகொண்டிருந்தது. கண்களைத் துடைத்துவிட்டேன். இன்னும் சிறிது நேரத்தில் தூங்கிவிடுவார் போலிருந்தது. குழந்தை அசையாமலும் அழாமலும் சிரிப்புமின்றிக் கிடந்தது.

மேல் மாடி அறைகளில்...
நெற்றியில நீறிருக்க
என் சாமி

நினைத்த வரம்
தாராயோ...?
இருபுறமும் கரடிபுலி என் சாமி...

இருளைச் சப்பி விழுங்கியிருந்த அமைதியை நிறுத்தும் முயற்சியில் இக் குரல் ஒலித்துக்கொண்டிருக்கிறது என்று சொல்ல முடியாது. இருளைப் பற்றியோ அமைதியைப் பற்றியோ அதற்குக் கவலையில்லை. திரும்பத் திரும்ப ஒலிக்கும் பாடல் வீடு முழுக்கக் கேட்டுக் கொண்டிருந்தது. இந்தக் குரலைக் கொண்டாடிக் கொண்டிருப்பவர் சிவகாமி. இந்த வயோதிபர் விடுதிக்குச் சிவகாமி சென்ற கிழமைதான் பொலிஸ் மூலம் அழைத்து வரப்பட்டார். மகன் வீட்டில் பெரிய சண்டை. எப்பவும் சண்டைதான் என்றாலும் அன்று மகன் தள்ளிவிட்டதில் விழுந்திட்டார். எல்லோரும் வேலைக்கும் படிக்கவும் சென்றிருந்த நேரம் வீட்டைவிட்டு வந்திட்டார். எங்குபோவது? தெரியாமல் குழம்பிக்கொண்டிருக்க தெருவில் இவரைப் பார்த்த ஒருவர் பொலிஸை அழைத்திருக்கிறார். சிவகாமி என்ற இந்த வயோதிபர் வந்த நேரம் இரவு 12:30 மணி. வந்துசேர்ந்த நேரத்திலிருந்து இந்தப் பாடலை படித்துக்கொண்டிருக்கிறார்.

ஒரு பகற்பொழுதில் உள்ளே இழுக்கப்பட்ட பெருமூச்சுக்கள் இப்போது சர்வ சாதாரணமாக வெளியேறிக்கொண்டிருக்கப் பலர் ஆவென்று விரித்துவைத்த வாய்களிலிருந்தும், ஓவென்று பின் சுருங்கியும் போகும் மூக்குகளிலிருந்தும், அவர்களை அறியாமல் மூன்றாவது ஓட்டையிலிருந்தும் பறார் பறார் என்றும் கெட்ட வாயு வெளியேறிக்கொண்டிருந்தது. அந்தச் சந்தங்களை அலட்சியம் செய்தவாறு பெரும் அலைபோன்று எழுகின்றது.

அந்த மலை இந்த மலை
என் சாமி
அண்ணாந்து பாக்கும் மலை
....
"உந்த மனிசி இன்னும் பாட்ட நிப்பாட்டேல்லையே. எங்களுக்கு நித்திரை வருகிது. பேசாமல் இரு பாப்பம்."
இருபுறமும் கரடி புலி
என் சாமி
இருந்தெழுந்த வனம் தனிலே
"வாயைக் கொஞ்சம் மூடு பாப்பம்." இந்த அம்மாவுக்குக் காது

சரியாகக் கேட்காது என்பது அனைவருக்கும் தெரியும். பகல்கள் பாடுவதைவிடத் தன்னுடைய கதைகளை மழை பெய்வது போன்று சொல்லிகொண்டிருப்பார்.

உச்சியில

சடையிருக்க

உள்ளங்கையில்

வேலிருக்க....

அவர் தொடந்து படித்தார். மற்றவர்கள் என்ன சொல்கிறார்கள் என்று அக்கறை இல்லை. அக்கறைப் படுமளவிற்கு செவி ஞானமும் இல்லை.. .

இருபுறமும் கரடி புலி

என் சாமி

இருந்தெழுந்த வனம் தனிலே.....

“உந்தப் பீனாவை இப்ப நிப்பாட்டச் சொல்லு பிள்ள. நாங்கள் நித்திரை கொள்ளவேணும். உந்தக் கோதாரியத்தானே இரவும் பகலும் படிச்சுக்கொண்டிருக்கிது. வேற வேலையில்லை.”

ஒருவரையும் காணாமல்

உனை நினைத்தேன் ஐயாவே

அந்த மலை இந்த மலை

என் சாமி

அண்ணாந்து பார்க்கும் மலை...

“சிவகாமி அம்மா இப்ப இரவு மூண்டு மணி. நித்திரையைக் கொள்ளுங்கோ. காலையில பாட்டைப் படிக்கலாம்.” சிகவாமி அம்மாவுக்கு அருகில் நின்று என் சக்தி எல்லாவற்றையும் ஒன்று திரட்டி சத்தமாக அவரின் காதருகில் கூறினேன்.

“நான் மெதுவாத்தானே படிக்கிறன். ஏன் நிற்பாட்டச் சொல்கிறியள்?”

“மற்றவையள் நித்திரை கொள்ளேலாமல் இருக்காம். காலையில படிக்கலாம். நீங்களும் கொஞ்சம் நித்திரை கொள்ளுங்கோ.”

அவர் பாட்டை நிறுத்திவிட்டார். அதன் பின் மட்டும் அமைதி வந்துவிட்டதா என்ன? காத்து ஊ ஊ என்று வெருட்டுமாற் போல் ஊளையிட்டது. குளிரும் அந்தக் காற்றுக்குப் பயந்து நடு நடுங்கிக் கொண்டிருந்தது.

"மேரியம்மா என்ன செய்யிறியள்?" எல்லாக் குண்டி துடைக்கிற கடுதாசிகளையும் பிய்த்து எறிந்திருக்கிறார். தண்ணீரில் குளியலறையே குளித்துக்கொண்டிருக்கின்றது.

"கொமட்டில் பிப்பி பெய்யத்தானே விட்டனான்." கண்மணி அம்மா கூப்பிட்டதால் உடனே கிழே ஓடினேன். ஆனால் இந்த மனுசி இப்ப குளியலறையை இரண்டுபடுத்தி வைத்திருக்கின்றார்.

"டயப்பர் அரைவாசிக்கு வந்து நிற்கிது. இதோடை எப்பிடி நடப்பியள்." மேரியம்மாவை கூட்டிக்கொண்டு வந்து பொப்போவைக் கழுவி விட்டேன். மேரி அம்மாதான் சொல்லுவா "எப்பவும் பொப்போ பொப்போ எண்டிறியள். ஏன் குண்டியெண்டு சொன்னாக் குறைஞ்சோ போவியள்?"

சரி உடற் கீழ்ப் பாகங்கள் கழுவி புது டயப்பர் களிசானும் போட்டாச்சு. நாங்கள் வேலைசெய்கிறவர்கள் பகிடியாக பொப்போக் குண்டி என்று சொல்லுவோம். அவரது ஆடைகளையும் களற்றிவிட்டு அவர் அறை அலுமாரியில் மடித்து வைத்திருந்த ஒரு ரீசேர்ட்டையும் படுக்கும் போது அணியும் காற் சட்டையும் அணிந்துவிட்டேன். நாலூண்டியில் பிடிக்கச் சொல்லி மெதுவாக அழைத்து வந்து கட்டிலில் இருத்தினேன். விளக்கைக் குளியல் அறையில் வைத்தபடியால் அறைக்குள் சிறிது வெளிச்சமே பதுங்கிக்கொண்டு வந்தது.

நேற்றிலிருந்து மின்சாரம் இல்லை. வந்துவிடுமென்றுதான் அறிவித்திருந்தார்கள். வராததால் முதலாளி காஸ் வெப்ப மூட்டியைக் கொண்டு வந்தார். மேல் மாடியிற்தான் அதை வைத்து நெருப்பூட்டியிருந்தார். காசிலை எல்லா முதலாளிகளும் கவனமாகத்தான் இருப்பினம். இந்த முதியவர்கள் குளிரால் பாதிப்படைந்தால் அவர்களில் சிலர் தமது பிள்ளைகள் வரும்போது முறையிடுவார்கள். பாதுகாப்புப் பற்றிய விசாரணைகளிலிருக்கும். ஏதாவது நடந்தால் அரச தரப்பிற்குப் பதில் சொல்ல வேண்டிவரும். சில நேரங்களில் இந்த மனிசர்மேல் உண்மையாக அன்பும் கரிசனையும் இருக்கிறதுதான்.

மேரி அம்மா தன்னுடைய முயற்சியில் உடலைச் சாய்த்து பின் கட்டிலில் பக்கமாக இருந்த இரும்புக் கம்பியில் பிடித்தவாறு கால்களையும் தூக்கிக் கட்டிலில் வைத்தார். போர்வையை எடுத்துப் போர்த்தியபோது கையைப் பிடித்தார்.

"பிள்ளை..."

"என்னம்மா?"

"நான் என்ரை பிள்ளையள் நாலு பேரையும் நல்லாத்தானே வளத்தனான்."

"ஓம். நீங்கள் ஒரு நல்ல தாயாகத்தான் இருந்திருப்பியள். இங்க எல்லாரோடையும் பழகிறதப் பாத்தா நீங்கள் உங்கடை பிள்ளையளுக்குக் குறை வச்சிருப்பியள்மாதிரித் தெரியேல்ல."

"அப்ப ஏன் என்னப் பிள்ளையள் இங்க விட்டவை?

"....."

"என்ரை பிள்ளையள் எல்லாம் நல்ல பிள்ளையள்தான்."

"அவைக்கும் என்ன கஸ்ரமோ தெரியாது."

"கடைசிவரை வீட்டில வைச்சுப் பாப்பினம் எண்டுதான் நினைச்சனான். ஆனா இப்பிடி அனாதையா விடுவினமெண்டு ஒருநாளும் நினைக்கேல."

"யோசிக்காமல் படுங்கோ. அவையள் உங்களை தமிழ் விடுதியில விட்டிருக்கிறது எவ்வளவு நல்லது. இதுவே வெள்ளைக்காரருடைய விடுதியென்றால் மொழிப் பிரச்சினை. தமிழ்ச் சாப்பாடு கிடைக்காத பிரச்சினை எண்டு கஸ்ரப்பட்டிருப்பியள்."

என்னதான் சொன்னாலும் இந்தத் தாயின் மனதைச் சமாதானப் படுத்தியிருக்க முடியாது.

"என்ர பிள்ளயள்தான் என்னத் தூக்கிப் பறிச்சுப் பாக்குங்கள் எண்டுதானேம்மா நினைச்சனான்..."

"நாளைக்குக் கதைப்பம். இப்ப படுங்கோ.?"

கையில் தூக்கிச் செல்லக்கூடிய விளக்கின் சார்ச் முடிந்து அது அணைந்துவிட்டது. இரவு கொண்டுவந்து பொருத்திவிட்ட சூடேத்தியில் காஸ் குறைந்துவிட்டது. விடியும்வரையில் தாக்கும்பிடிக்குமா தெரியவில்லை.

மங்கலான வெளிச்சத்தில் மேரியம்மாவின் கண்கள் மூடியிருந்ததுதான் தெரிந்தது. எப்பவுமே கேட்டுச் சலித்துப்போன பதிலுக்காக விழித்திருப்பதில் பலனென்னவென்று நினைத்திருக்கக் கூடும். அவரின் நிலையில் நான் இருந்தாலும் இதையேதான் செய்திருப்பேன்.

காலை எப்போதுமே கலகலத்துச் சிரித்துக் கொண்டிருக்கும். குளிக்க வார்ப்பதற்கு நேர்ஸ் ஆட்கள் வந்து விடுவார்கள். காலையில் கோப்பி தயாரித்து எல்லோருக்கும் கொடுத்து நேர்ஸ் உதவிக்கு வராத ஆட்களுக்கு உடம்பு களுவி உடுப்புகள் மாற்றி

மூத்திரப் படுக்கைகளை விலக்கிப் புதிசு விரித்து...அடுத்த வேலையாள் வரும்முன்னர் அனைத்தையும் செய்து முடிக்கவேண்டும். இரவு இருக்கும் உற்சாகம் காலை நித்திரை விழித்ததால் இருக்காதுதான். ஆனாலும் ஓடி ஓடி வேலைகளைச் செய்துகொண்டிருந்தேன்.

மேரி அம்மா கையில் சிறு துண்டு ஒற்றையில் எழுதியிருந்ததை வாசித்துக்கொண்டிருந்தார்.

"யேசுவின் இதயத்திலிருந்து எங்களுக்காக ஊற்றாக இரக்கத்தில் வழிந்தோடிய இரத்தமே கண்ணீரே. உம்மீது நம்பிக்கை தெரிவித்தோம்..."

"ராசா வாடா. வந்து என்ன வீட்ட கூட்டிக்கொண்டுபோடா." பக்கத்து அறையில் இருந்து கேட்ட குரல் மேரி அம்மாவைக் குழப்பியிருக்கவேண்டும். இடையிடையே நிறுத்தி மீண்டும் "யேசுவின்...யேசுவின்..." என்று பல தடவைகள் முயன்று கொண்டிருந்தார்.

கண்மணி அம்மாவை காலையில் வந்த நேர்ஸ் குளிப்பாட்டி வசிப்பறைக்கு அழைத்து வந்தார். அவர் இங்கு வந்த ஆரம்பத்தில் நிறையக் கஸ்ரம். குளிக்கவைத்து துப்பரவுசெய்ய வந்தவர் ஒரு கறுப்பினப் பெண். "உந்தக் கறுப்பி என்னைத் தொடக்கூடாது" என்று கட் அன்ட் றையிற்றா சட்டம் வச்சிட்டா. "எல்லாம் ஒரே மாதிரி மனிசர்தான்." என்றெல்லாம் இந்த வயதுபோன நேரத்தில் அவருக்குச் சொல்லியும் அடம்பிடித்து கடைசிவரையில் குளிக்கவேயில்லை. அந்த நேர்சிடம் "தமிழ் நேர்ஸ்தான் வேணுமாம். மொழிப் பிரச்சனை." என்று சொல்லிச் சமாளித்தோம்.

கண்மணி அம்மாவுக்கு ஆறிய கோப்பியை எடுத்து வந்தேன். சூடாக இருந்தால் குடிக்கமாட்டார். காலை வணக்கம் சொன்னார். பதிலுக்கு நானும் கூறினேன். இரவு நித்திரை சீராகக் கொள்ளாதது அவர் முகத்தில் தெரிந்தது. இனிப் பகலில் ரீவிக்கு முன்னால் நித்திரையில் தலை நடனமாடும்.

என்னைப் பார்த்ததும் என்னுடைய பெயர் என்ன என்று கேட்டார். நான் ஆயிரமாவது தடவையாக எனது பெயரை இன்றும் உச்சரித்தபோது புதிய ஒரு பெயரைக் கேட்பதுபோல என்னை ஆச்சரியமாகப் பார்த்தார்.

"நல்ல பெயர். புதுசாக வேலைக்கு வந்தனீரோ?" கேட்டவாறு என் முகத்தை உற்றுப் பார்த்தார்.

இடாவேணி

"மூன்று வருசமா உங்களை எனக்குத் தெரியும். இரவும் நான்தான் வேலை செய்தனான்."

"அப்பிடியா? உம்மை இண்டைக்குத்தான் பாக்கிறன். எனக்கு உடுப்பு மாத்திவிடும்."

"இப்பதான் நேர்ஸ் மாத்தினவா."

"ஆ. அப்பிடியா. உமக்கு வடிவாத் தெரியுமோ?"

"ஓம்."

ஒற்றைக் கையால் கோப்பியைப் பிடித்துக் குடித்துவிட்டு கப்பை நீட்டினார். கப் விழப் போகுமுன் வாங்கிப் பக்கத்துப் படுக்கையில் இருந்த துவாய்ப் பிள்ளையை எடுத்து கவனமாக அலுமாரிக்குள் வைத்தேன். குளிப்பாட்ட வரும் நேர்ஸ் துவாயை எடுத்து சிலவேளை தோய்ப்பதற்குப் போட்டுவிடுவார். மீண்டும் இரவு தேடித் திரியமுடியாது.

சுருட்டிய துவாயை உள்ளே வைப்பதைக் கண்மணி அம்மா விசித்திரத்துடன் பார்த்துக்கொண்டிருந்தார். ஏன் துவாய் மடிக்காமல் சுருட்டியிருக்கிறது என்று கேட்டார். இந்தக் கேள்வி எனக்கு நூற்றுக்கு மேற்பட்ட தடவையும் ஆச்சரியத்தைத் தரவில்லை. நான் சிரித்தபடி துவாயை உள்ளே வைத்தேன்.

உறைபனி மரங்களை முறித்துச் சரித்து மனிதர்களையும் பறவைகளையும் மிருகங்களையும் அச்சுறுத்தி, பின் வெய்யில் பனியை உருக்கி மரணத்திலிருந்து தப்பிய மரங்கள் மேல் நிமிர மொட்டுக்கள் அரும்பி பூக்கள் சிரித்தவண்ணமிருக்க, சூரியன் மறையாமலேயே இரவு வந்திருந்த ஒரு கோடை நாளிலும் இதே கேள்வியையும் எனது பெயரையும் கண்மணியம்மா கேட்க, பின் மூவாயிரத்து ஆறாவது தடவையும் எனது பெயரை எந்தச் சலிப்புமற்று கூறியபோது எண்பத்தி ஐந்து வயது நிரம்பிவழியும் கண்மணி அம்மா ஆச்சரியத்துடன் எனது பெயரை முதற் தடவை கேட்பதுபோன்று உச்சரித்துக்கொண்டிருந்தார்.

(2016, ஸ்காபுறோ, கனடா)

கட்புலனாகாக் காட்சிகள்

ஒவ்வொரு மனிசருக்குள்ளையும் கனவுகள் இருக்கு. நிறைய கனவுகள். பச்சை.. சிகப்பு.. நீலம்.. மஞ்சள்.. ஆனால் வெள்ளை கறுப்பு என்றெல்லாம் இருக்குமோ தெரியாது. பாவம் மனிசர். யதார்த்தம் ஒன்றிருக்கு என்பதையே மறந்துபோய் விடுகின்றனர். இருந்துகொண்டும் நின்றுகொண்டும் வேலையிலும் வீட்டிலும் தெருக்களிலும் காட்சிப்படுத்துவார்கள் கனவுகளை! எப்போது எங்கு எப்பிடி வருமென்று தெரியாது. பல வர்ணங்கள் கொண்டு. வர்ணங்களுக்கு மனிதர் அடிமையாகிப் போதல் இலகுவாக இருக்கின்றதுபோலும்.

யதார்த்தம்! அது ஒரு பொல்லாத சாமான். ஆணாதிக்கம் போலவும், முதலாளித்துவம் போலவும், சிலர் வீட்டு மூத்த பிள்ளைகள் போலவும் முந்திக்கொண்டு நிற்கும். தானே தான் எல்லாவற்றையும் செய்ய வேண்டுமென்று நினைக்கும். கனவை வாழவே விடாது. முன்னுக்கு வந்து ஈ.. ஈ.. என்று இழிச்சுக் கொண்டு நிற்கும். கனவு பாவம்தானே. அதுக்கும் வாழவேண்டு மென்று ஆசையிருக்காதோ?

சில நேரங்களில் இப்படித்தான் காற்று வாங்கப் போவேன். சில நேரம் பகலில். சில நேரம் இரவுகளிலும். இரவினில் போவதுதான் எனக்குப் பிடிக்கும். எல்லா நேரங்களிலும் இரவு சூடாய் இருக்காது. குளிர் காலங்களில் விறைத்த மனிதர்களின் அரவணைப்பிற்கு ஏங்கி நிற்கும் இரவு.

ஆனால் மனிதர்கள் சுயநலம் பிடித்தவர்கள். என்னைப் போன்று. தமக்குத் தேவையுள்ளபோது மட்டும் அணைப்பார்கள். இரவுக்கும் ஒரு அணைப்பு ஆதரவு கொடுக்க மாட்டார்கள். வெட்கம் கெட்ட மனிதர். இவ்வாறு சுயநலம் கொண்ட நான் இரவுடன் நட்புக்கொண்டேன். அதன் கரங்கள் பற்றி நடப்பதை அதுவும் குளிர்காலங்களில் நடப்பதை விரும்பும் ஒருத்தியானேன். குளிர்காலங்களில்தான் இரவுகள் நீண்டதாகவிருக்கும். அந்த வேளைதான் கனவுகளும் கொஞ்சம் ஓய்வெடுக்கும். நான் அவைகளையும் கைபிடித்து அழைத்துச் செல்வேன். சில வேளை அவை அடம்பிடிக்கும்.

எனக்கும் இரவிற்கும் பெரிய ஒற்றுமை இருந்தது. நாங்கள் கனவுகளிலிருந்து விலகியிருந்தோம். நிறத்தால்! ஆனால் பல பல கனவுகளால் நாங்கள் ஆக்கிரமிக்கப்பட்டு நிறத்து சிவந்து பசுமையாகிப் பூத்துக் குலுங்கியிருந்தோம்.

இவ்வாறு ஒரு நாள் என் நண்பியிடம் சொன்னேன்.

”கனவுகள் பூக்குமா? வித்தியாசமான கற்பனைதான்.” என்று கூறி அது பற்றி மேலும் அறியும் ஆவலில் கரைச்சல் தந்தாள். அவளும் என்னைப் போலத்தான் ஒரு கனவு மனிதி.

கனவுகள் என்னை வருடின. கனவுகள் என்னைத் தாலாட்டின. அவை எனக்கு இறகுகளைத் தந்தன. கனவுகள் என்னை உலகின் எல்லைகளுக்கு அழைத்துச் சென்றன. நான் கனவுகளோடு எட்டுக்கோடு விளையாடி, அப்பிள் பறித்துண்டு, பனிக்குள் புரண்டெழுந்து, மலைகளுக்கு மேலாகவும் பறந்து திரிந்தேன். யதார்த்தத்திற்கு அது பிடிக்கவில்லை. யதார்த்தம் ஒரு ஆமிக்காரனைப் போன்று என்னைத் துரத்திக்கொண்டிருந்தது. அதை நான் எதிர்க்க முடியாத கோழையாகி கூனிக் குறுகி ஒரு எறும்பு போல் உணர்ந்தேன்.

எறும்புக்கும் மனசு இருந்தது. அதற்கும் கனவுகள் இருந்தன என்பதனை அன்றுதான் உணரத்தொடங்கினேன். கனவு காண்பதனைப் பலர் இலகுவான காரியம் என்றுதான் எண்ணுகின்றனர். ஆனால் அதில் இரண்டு விடயங்கள் உள்ளன என்பதனை உன்னிப்பாகக் கவனிப்பதில்லை. அதுதான் கனவுகளுடன் வாழ்தல் அல்லது கனவுகளாய் வாழ்தல். இந்த இரண்டுக்குமிடையில் புரிந்துகொள்ளபவர்கள் அரிது.

என் நண்பன். ஆம். என் இரவு நண்பனுடன்தான் இந்தத் தேசமெங்கும் நடந்து திரிவதென்றும் கனவுகளைக் கனவு களாகவே வாழ்வதென்றும் முடிவுகொண்டேன். அதனால் சில நாட்கள் பகல்களில் தூங்கி இரவுகளை வாழத் தீர்மானித்தேன். நான் பகற்கனவுகளில் தவறியேனும் விழுந்துவிடக்கூடாது என்று அவதானமாக இருந்தேன்.

பகல்கள் எமது பொழுதுகளை அள்ளிப் போக முயலும். ஆனாலும் இரவு நண்பனும் நானுமாய் இறுகப் பிடித்தபடி எமது கரங்களுக்குள்ளும் கனவுகளை வரவழைத்துவிடுவோம். இரவு நண்பனுடனும் வெளிச்சத்தினை வாழவும், வர்ணங்களை முத்தமிடவும் ஆசைப்பட்டேன். ஆனால் பாவம் இரவு நண்பன் பகலுக்குள் என்றைக்குமே வரமுடியாது.

எனக்கு என் அடையாளம் பற்றிக் கேள்வி இருந்தது. நான் யார்? இரவுக்கும் பகலுக்கும் இடையே ஒரு மெல்லிய நுண்ணிய இடைவெளி இருந்தது. அதுதான் நான். இரவு நண்பனுக்கும் எனக்கும் இன்னுமொரு ஒற்றுமை இருந்தது. இருவரும் பகலிலிருந்து பிரிக்கமுடியாதவர்களாக இருந்தோம் என்பதுதான். என்னை யாரும் அறிந்திருக்கவும் தெரிந்திருக்கவும் முடியாது. இயற்கையின் மூன்றாம் பாலினம்போல் வாழ்ந்தேன். வேறு சிலரும் என்னைப் போன்று அடையாளங்களைக் காவியும் காண்பிக்க முடியாது வாழ்வின் கனவுகளோடு போராடிக் கொண்டிருக்கலாம்.

இரவுதான் எனது நண்பன் என்றாலும் பகலுடனும் நெருங்காமல் இருக்க முடியவில்லை. அப்படி ஒரு பொழுதில்..

நான் ஏரிக்காவைச் சந்தித்தது இப்படித்தான். கனவுகளுடன் செல்லம் கொஞ்சி விளையாடிய ஒரு பொழுதுபட்ட நேரம் விக்ரோறியா சமைத்துக்கொண்டிருந்தாள். அவள் நண்பி ஐநூறு கிலோமீற்ரர் தொலைவிலிருந்து வந்திருந்தாள். தனது குட்டி உடலை அசைத்து நடந்தாள். அவள் முகம் ஒரு சின்னப் பிள்ளைபோலவும் அவள் வயிறு வீங்கி ஒரு பேத்தை வயிறு போலவும் இருந்தது. அவளைப் பார்த்த சில மணி நேரங்களிலேயே அவளை நெருங்கியதுபோல் கேட்டேன்.

“நீ எத்தின மாசம்?” என்று. அவள் சிரித்தாள். பின் நிதானமாகச் சொன்னாள், “நான் பிறந்த மாசத்திலிருந்து சிறிது சிறிதாக வளர்ந்து வந்தேன். மாதங்களால் என்னைக் கணக்கிடுவதில்லை. அறிவாலுமல்ல.”

அவள் பதில் என்னை ஆச்சரியத்திற்குள்ளாக்கியது. அவள் கோபப்படாதது எனக்கு அவள் மீது ஒரு மரியாதையை ஏற்படுத்தியது. நான் அவளிடம் மன்னிப்புக் கோரியது மட்டுமின்றி மறுநாள் பின்னேரம் பியோ கேக்குடன் ஒரு நுரைப்பால் கோப்பியும் போட்டுக் கொடுத்து அவள் மனதில் என்னையும் இருத்தினேன்.

கனவுகளுடன் வாழ்தல் கனவுகளாய் வாழ்தல் என்றெல்லாம் பெருமையாகப் பேசியிருக்கின்றேன்தான். ஆனால் “கனவுகளைத் தின்று தின்று நீ யதார்த்தமே தெரியாதவளாய் இருகிறாய்.” என்று ஏரிக்கா என்னுடன் கோபித்துக்கொண்டாள்.

விக்ரோரியாவுக்கு வயிற்றில் புற்றுநோய். அதனால்தான் அவள் வயிறு பெருத்திருக்கின்றது என்றும் அவள் கூற நான் மௌனமாகி வெட்கித் தலை குனிந்து உடனே எனது இரவு

நண்பனிடம் ஓடிப்போனேன். அழுது அழுது என் நிலையைச் சொன்னேன். அவன் என் கைகளைப் பிடிப்பதைத் தவிர என்ன செய்யமுடியும்? அவன்தான் ஒரு பேசாப்பிராணியாச்சே. ஒரு குளிர்ந்த இதமான தென்றலை என்மீது படரவிட்டு என்னை அமைதிப்படுத்தினான்.

ஏரிக்கா, விக்ரோரியா, நான் மூவருமாக அடிக்காத கூத்துக்களில்லை. படம். பார்ட்டி. உலா. நீச்சல் சமையல். கொசிப். ஒரு நாள் மூவருமாய் உலாவப் போனோம். இரவு, பகல், குளிர்காலம் இலையுதிர் காலம் என்றெல்லாம் நீண்ட பொழுதுகளைக் கூடிக்கழித்து வந்தோம். எமது மனதிற்குப் பிடித்த காலங்களின் அழகான அரவணைப்புடன் கடந்து சென்றோம்.

இன்று நாங்கள் உலாவும் பாதை மிக நீண்டதாகவிருக்கின்றது. பாதைகள் முழுக்க எவ்வளவு இலைகள்? அம்மாடி? உலகத்தின் அனைத்து மஞ்சள், பச்சை, குருத்துச் பச்சை, கடும் பச்சை, செம்மஞ்சள் வர்ணங்களை இங்கே கொட்டிவிட்டனவா?

இந்தப் பகலின் பேரழகை இரவு நண்பனுடன் ரசிக்க மனம் ஏங்கியது. எனது நண்பன் ஒன்றும் ரசிக்கத் தெரியாதவனோ அல்லது பார்வையற்றவனோ அல்லவே. அவன் காலங்காலமாய் ஒடுக்கப்பட்ட ஒரு கறுப்பின மனிதன் போன்று. பகலையும் வர்ணங்களையும் காணமுடியாத சோகத்தினைப் பொத்திப் பொத்தி வைத்திருந்தான். பகலோ கனடாவில் வாழும் சில தமிழர்களைவிடவும் சுயநலமானது. இரவு மனிதனுக்கு விட்டுவைக்காமல் வர்ணங்களைத் தனக்குள் இழுத்து மூடிவைத்துக் கொண்டது.

வர்ணங்கள் சூரியப் பெண்ணின் ஆதரவில் மேன்மேலும் பல வர்ணங்களைப் பெற்றெடுத்து என்னை வர்ணக் கனவுகளுக்குள் இழுத்துச் சென்றன. நானோ இரவு நண்பனை அறுதியாக மறந்துவிடுவேனென்று சூரியப் பெண் நினைத்தாள் போலும். நான் இரவு நண்பனை என் கண்களுக்குள் வரவழைத்து அவனுடனேயே உறவாடினேன். வர்ணங்களையும் காட்டினேன்.

சடாரென்று கீழே அமர்ந்தாள் விக்ரோரியா. அடி வயிற்றைப் பிடித்தவாறு "வலிக்கிது." என்று கத்தினாள். அவள் புற்று நோய்க்கான எந்த மருந்தும் எடுப்பதில்லை. செயற்கை மருத்துவத்தால் உண்டாகும் வலியைப் பொறுப்பதைவிட நோயின் வலியைத் தாங்குவதென்று தனக்கு விருப்பமானது என்று முடிவெடுத்தாள். கைவிரல்களால் எண்ணிவிடக்கூடிய காலத்தையே கட்டியழுவதற்கில்லை. துரத்திவிட வேண்டுமென்றும், அத்துடன்

நிருபா

செயகைமுறையிலான வைத்தியத்தில் தலைமுடி கொட்டி தன் இயற்கை உருவமே மாறிவிடும். இறுதியில் ஒருநாள் இறந்து போகவேண்டியும் வரலாம் என்பதாலேயே தான் வைத்தியம் செய்வதற்குச் சம்மதிக்கப் போவதில்லை என்றும் அடிக்கடி கூறினாள். எங்களுக்கு வலித்தது. நாங்கள் தாங்கிக் கொள்ள முடியாதவர்கள். கனவுத் தின்னிகள். அழுது கொட்டினோம்.

அவள் எம்மைப் போலன்றி யதார்த்தம் விழுங்கி உடலை வளர்த்தவள்தானே. அதுதானோ தெரியவில்லை தனக்கு ஒரு சார்க் பெஸ்ற் (சவப்பெட்டிச் சடங்கு) செய்யும்படி கேட்டாள். கேட்ட உடனேயே என் கனவுகள் எல்லாம் அழத்தொடங்கி விட்டன.

விக்ரோரியாவின் விருப்பத்தின்படி நானும் ஏரிக்காவும் அவளுடன் சென்று ஒரு அழகான சவப்பெட்டியை வாங்கினோம். அதற்கான பணத்தை நானும் ஏரிக்காவுமே கொடுத்தோம். அவளுக்குப் பிடித்தமான உணவு வகைகளைத் தயாரித்து அவளுக்கு நெருக்கமான உறவுகளையும் அழைத்தோம். இந்த விழா வினோதமாக இருந்தது எனக்கு மட்டுமல்ல.

விக்ரோரியா எல்லாக் கணங்களிலும் தன் புன்னகையைக் கைவிடவேயில்லை. விழாவின் இடை நடுவே விக்ரோறியா என்னை அழைத்தாள். ஏரிக்காவும் அவளை அணைத்தவாறு நின்றாள். அவளுக்கென்று இருந்த மிக நெருங்கிய நண்பர்களே அங்கிருந்தனர். அத்தனை கண்களும் அவளின்மேல் அக்குப்பஞ்சர் ஊசிகளை ஏற்றுவது போன்று நின்றன.

என்னிலிருந்து விக்ரோரியா மெது மெதுவாக விலகிப் பெட்டிக்குள் சரிய, ஏரிக்கா அவளுடன் சேர்ந்து கீழே சரிந்துகொண்டிருந்தாள். ஒரு பெட்டிக்குள் ஒன்றுக்குத்தானே இடம். விக்ரோரியா பெட்டிக்குள் மெதுவாக இருந்து பின் படுத்தாள். ஏரிக்கா அவளை தொட்டிலில் கிடக்கும் ஒரு குழந்தையைப் போன்று பார்த்துக்கொண்டிருந்தாள். நாங்கள் கனவைத் தின்று மிகவும் பலவீனமடைந்தவர்கள் என்று அன்றுதான் தெரிந்தது. நான் விம்மி விம்மி அழுவதை விக்ரோறியா பார்த்துச் சிரித்தாள்.

"எல்லோருக்கும் இதுதான் முடிவு. எனக்கும். உனக்கும். ஆனால் நான் சிறிது முந்திவிட்டேன். எனக்கு ஒரு சின்ன ஆசை. இறந்த பின் பார்க்க முடியாத சடங்கினை முன்னரேயே பார்த்துவிடவேண்டுமென்று. நான் இறந்துவிட்டால் நீ அழவே மாட்டாய். இருந்து பார்." என்றும் அவள் கூறிச் சிரித்தாள்.

அவள் எதிர்பார்த்தது போன்று மரணம் அவளைக் கட்டி அணைத்துக் கொஞ்சிக் குலாவியது. நானும் ஏரிக்காவும் அழவே இல்லை என்றால் பாருங்களேன். யாதார்த்தத்தில் வாழ்பவர்கள் தான் அழுவார்களாம். இதுவும் அவள் சொன்னதுதான். ஆனால் அதன் பின்னர் நானும் ஏரிக்காவும் எத்தனை தடவைகள் அழுது கொட்டியிருக்கின்றோம் தெரியுமா?

விக்ரோரியாவின் உடல் மண்ணோடு கலந்து உக்கிப் போயிருக்குமா தெரியவில்லை. நாம் இருவருமாய் கொஞ்சம் யதார்த்தத்துடனும் சினேகிதமாகலாம் என்று யோசித்தோம். நாங்கள் என்ன முடிவுசெய்வது? அது வருடத்துக்கு ஒருமுறை வரும் குளிர்காலம் போலல்லாமல் ஒவ்வொரு நாளும் வீசும் காற்றைப் போன்று வந்து கண்ணுக்கு முன் நின்றது. யதார்த்தத்தை எதிர்கொள்ள வேண்டிய கட்டாயமும் ஏற்பட்டது. கனவுகள் சோர்ந்துபோகின்றனவாம். அவைகளுக்குப் பகல் வெளிச்சம் குறைந்துவிட்டதாம். பகலுடனும் சமரசம் செய்யாவிடின் நானும் என் கனவுகளுக்குச் சவப் பெட்டிச் சடங்கு செய்யவேண்டி வரலாமாம்.

ஏரிக்காவிற்கு ஒரு காதலி இருப்பதைச் சொல்ல மறந்து விட்டேன். அவள் சில மாதங்கள் ஐஸ்லாந்து போயிருந்தாள். அங்கு அவள் பெண்கள் மகாநாட்டில் கலந்து கொண்டு, பின் இடங்களைச் சுற்றிப்பார்த்துவிட்டு திரும்பி வருகின்றாள். அவளும் விக்ரோரியா இருக்கும் நகரத்தில்தான் வசிக்கின்றாள். வந்து சில நாட்களிலேயே அவர்களுக்குள் சண்டை. சில நேரங்களில் ஏரிக்கா அழுதவாறு என் அறைக்குள் ஓடி வந்தாள். நான் அவளுக்கு கமலன் பூக்களைக்கொண்டு தேனீர் வைத்துக் கொடுத்தேன். கமலன் பூத் தேனீர் வயிற்றுக் குமுறல்களை அமைதிப்படுத்தும். அவளின் காதலி லீசாவும் எனக்குப் பழக்கம்தான். ஆனால் அவள் என் நண்பியல்ல. இருந்தபோதிலும் அவளை ஆறுதற் படுத்தாதது எனக்கு சங்கடத்தைத் தந்தது.

லீசா ஒரு நாள் தன் பொருட்களையெல்லாம் தோள்ப் பைக்குள் போட்டுக்கொண்டு தான் பிறந்த ஊருக்குச் சென்றுவிட்டாள். அவள் அழாதது எனக்கு அதிசயமாக இருந்தது. இவள் ஏரிக்காவும் முகத்தை சாதாரணமாகவே வைத்திருந்தாள். சில காலங்களுக்குப் பிறகு ஏரிக்கா என்னைக் குளக் கரைக்கு அழைத்தாள். அங்கே பல கடிதங்களையும் போஸ்காட்டு களையும் வேறு சில பொருட்களையும் கொண்டுவந்தாள். அவள்

மௌனமாக இருந்தாள். பின் எல்லாப் பொருட்களையும் சேர்த்துக் குவித்துவிட்டு நெருப்பை மூட்டினாள்.

நானும் என் கனவுகளும் பயந்துபோய் நின்றோம். யதார்த்த வெளிச்சம் என் கண்களைக் கூசின. நான் கண்களை மூடாது திறந்திருக்கவே முயன்றேன். எனக்கு ஞாபகம் இருக்கிறது. ஏரிக்காவும் லீசாவும் நடந்துதிரியாத பூங்காக்கள் இல்லை. பார்க்காத படங்கள் இல்லை. சாப்பிடாத றெஸ்ரோறன்டுகள் இல்லை. என்றென்றைக்குமாய் அவர்கள் பிரிக்கப்படமாட்டாத கௌகுமிகளாக (சுவிங்கம்) இருந்தார்கள் என்று நான் நம்பியிருந்தேன். எரித்து முடிய ஏரிக்கா சிரித்தாள். நான் பயந்துபோய் நின்றேன். அது அவளுடைய சிரிப்பல்ல. விக்ரோரியாவினுடையது போன்றே இருந்தது.

ஒரு மரணம். ஒரு பிரிவு. மிகுந்த துக்கம். எல்லாமே ஒரு மனுசியை முழுவதுமாக மாற்றிடாது. ஆனால் அது என்னைச் சிறிது மாற்றியது. நானும் யதார்த்தம் நோக்கி என் காலடிகளை மெதுமெதுவாக வைத்தேன். வாழ்வின் ஒரு ரகசியத்தையும் தெரிந்துகொண்டேன். கனவு எங்கு இருக்கிறதோ அங்கெல்லாம் யதார்த்தமும் இருந்தது என்பதுதான்.

இலையுதிர் காலத்து துளிர்க்கும் நாட்களில் ஒன்றில் நானும் புறப்பட்டேன். இன்னும் சிறிது காலம்தான். அதற்குள் அவைகள் கதைகளும் அடங்கிவிடும். பிறகென்ன? குளிர்காலமும் கோடைக் காலமும் சேர்ந்தே அந்த வர்ணங்களைப் பெட்டிகளுக்குள் வைத்து 'சார்க் பெஸ்ற்ரைக்' கொண்டாடும். அதற்கு முன்னர் அந்த அழகுகளை ரசித்திட வேண்டுமே. சிகப்பு மஞ்சள் செம்மஞ்சள். குருத்துப் பச்சை... கடும்பச்சை. இளஞ்சிகப்பு வர்ணங்களெல்லாம் என் கண்களுக்குள் ஓவியங்களாக மாறின. என் கனவுகள் நிறங்கொண்டெழுந்தன. எனது இரவு நண்பனுடன் இவை எல்லாவற்றையும் ரசிக்க என் மனம் அவாக் கொண்டது. ஆனால் அவனை இயற்கை என்றென்றைக்குமான அடிமையாய் வைத்திருந்தது. அதுதான் நான் ஓடிப்போய் அழுதபோது பேசாமல் இருந்தானாக்கும். எதுவுமே அவன் தெரிவல்ல.

என் இரவு நண்பனின் கைகளை இறுகப் பிடித்திருந்தேன். அப்போதுதான் சூடாகிச் சூடாகி என்மேல் எரியத்தொடங்கினாள் சூரியப் பெண். நான் இலைகளுக்குள்ளும் வர்ணங்களுக்குள்ளும் ஒளிந்து மறைந்திருந்தேன். அவையெல்லாம் கொடிய சூரியப் பெண்ணுக்குக் கால்தூசு. மெதுமெதுவாக என்மேல்

படர்வதிலேயே கண்ணும் கருத்துமாய் இருந்தாள். அந்தச் சூட்டில் வர்ணங்களும் மறைந்து போயின. இலைகள் சருகுகளாய் உருப்பெற்றன. அவை அடையாளம் இழந்து அங்குமிங்கும் பறந்து திரிந்தன. அந்த நேரத்தில் மழையும் கொட்டித் தீர்த்தது. என் உடல் முழுவதும் நனைந்து குளிர்ந்து விறைக்கத் தொடங்கியது. யதார்த்தம் என்னைத் தின்று விழுங்கியதை இரவு நண்பன் பார்த்திருந்தான். எனக்கு அவன் மீது கோபம் வரவில்லை. ஏனெனில் அவன் வேடிக்கை பார்க்கவில்லை. தானும் அழுதான்.

விக்ரோரியாவின் உடலைப் புழுக்கள் தின்று தீர்த்திருக்கு மென்ன?

எனக்கும் ஏரிக்காவுக்கும் சினேகிதம் தொடர்ந்தது. ஒரு நாள் கூட லீசா என் கண்களில் படவில்லை. ஏரிக்காவின் புதிய காதலியை எதிர்பார்த்திருந்தேன். அவளை ஒவ்வொரு தடவையும் கேட்டேன்,

"உனக்கு ஒருத்தரிலும் ஆர்வம் இல்லையா?" என்று. அவளும் இல்லையென்பாள். "எரித்த கடிதங்களையும் பொருட்களையும் எரிக்காமல் வைத்திருந்திருக்கலாமோ என்று இப்போது கவலைப்படுகின்றாயா?" என்று.

"இல்லை. ஒருபோதும் அப்படி நினைக்கவில்லை." என்று திடமாகக் கூறினாள். இப்படியே ஏழு வருடங்கள் கடந்து விட்டன.

நான் யார்?

உங்களைப் போன்று எனக்கும் என் அடையாளம் பற்றி கேள்வி இருந்தது. இரவுக்கும் பகலுக்கும் இடையே ஒரு மெல்லிய நுண்ணிய இடைவெளி இருந்தது. அதுதான் நான். இரவு நண்பனுக்கும் எனக்கும் இன்னுமொரு ஒற்றுமை இருந்தது. இருவரும் பகலிலிருந்து பிரிக்க முடியாதவர்கள். என்னை யாரும் அறிந்திருக்கவும் தெரிந்திருக்கவும் முடியாது. இயற்கையின் மூன்றாம் பாலினம்போல் இருந்தேன். வேறு சிலரும் என்னைப்போன்று அடையாளங்களைக் காவிக் காண்பிக்க முடியாது வாழ்வின் கனவுச் சுமைகளோடு போராடிக் கொண்டிருக்கலாம்.

(19.10.2015, ஸ்காபுறோ, கனடா)

நாலூண்டிக் கனவுகள்

நாங்கள் சொர்க்கத்தில வாழுறம் எண்டுதான் நினைச்சுக் கொண்டிருப்பியள். வெளிநாடென்டா நீங்கள் எல்லாரும் இப்பிடித்தானே நினைக்கிறது வழக்கம். அங்க பணமாய்ச் சொரியும். பெரிய வீடுவாசல்கள் இருக்கும். இந்தக் கிழட்டு வயதில பிள்ளையள், பேரப்பிள்ளையளோட காரில சுத்தித் திரிவம் எண்டுதான் கற்பனை செய்வியள். நாங்களும் உங்கை இருக்கேக்கை உப்பிடித்தான் நினைச்சனாங்கள்.

வீடுவாசல்கள வித்துப்போட்டு அல்லது கடனக்கிடன வாங்கிக்கொண்டு நாங்களும் என்ன பாடுபட்டெண்டாலும் இந்தச் சொர்க்கத்துக்கு வந்துசேர வேணுமெண்டுதான் வந்தனாங்கள். ஆனால் இங்கயுள்ள சீத்துவக்கேடுகள் உங்களுக்குத் தெரியுமே?.

கடைசிக் காலத்தில பெத்த பிள்ளையளோட இருக்க வேணுமெண்டு தாய் தேப்பன் நினைக்கிறதில என்ன பிழையிருக்கு? இளம் வயதிலையே அதுகள வெளிநாடுகளுக்கு அனுப்பிப்போட்டு அதுகளின்ர சுக துக்கங்களில கலந்து கொள்ளாமல் இவ்வளவுகாலமும் இருந்திட்டம்.

பேரப்பிள்ளையளோட வந்திருங்கோ எண்டுதானே கூப்பிட்டினம். இங்க வந்து பாத்தால்தானே தெரியிது...

சொர்க்கம் 1

'பஸ் 2 மணிக்கு வரும். ஆனால் இண்டைக்கு பத்து நிமிசம் போயிட்டிது. இன்னும் காணேல்லை. தங்கச்சிக்குப் போன் எடுப்பம்.'

"தங்கச்சி. இன்னும் பஸ்ஸைக் காணேல்லை. எனக்குப் பயமாயிருக்கு

"எத்தின தரம் சொன்னனான். சும்மா தேவையில்லாமல் எனக்கு எடுக்காதேங்கோ எண்டு."

"இல்லப் பிள்ள. எனக்குப் பயமா.."

“இதென்ன சிறிலங்காவே பயப்பிடுறத்துக்கு. பேசாமல் வையுங்கோ.” போன் லைன் துண்டிக்கப்பட்டது.

எனக்கு மனம் பதபதைக்கிது. பேத்தி வந்து சேர்ந்தாற்தான் நிம்மதி.

பக்கத்தில பாக்கிஸ்தான் மனிசி நின்றா. அவாவும் எங்கட கட்டிடத்திலதான் இருக்கிறா. ஒவ்வொரு நாளும் சந்திச்சாலும் தலையாட்டுறதைத் தவிர்த்து எதுவும் பேசிறதில்ல. எனக்கு இங்கிலீஸ் ஒண்டு ரண்டு சொல்லுத்தான் தெரியும். அவவுக்கு ஹிந்தியோ என்னவோ பாசைதான் தெரியும். இங்கிலீசு தெரிஞ்சாலெண்டாலும் அந்த மனுசியோடை கதைக்கலாம். வந்த புதிசில ஆங்கிலம் படிக்கலாமெண்டுதான் நினைச்சனான். ஆனால் என்ர பெட்டை விட்டாலெல்லோ.

அந்தப் பாகிஸ்தான் மனுசீன்ர பேத்தியும் ஒரே பஸ்ஸிலதான் வரவேணும். அதுதான் கொஞ்சம் ஆறுதலாய் இருக்கு.

சரியான குளிர். அங்குமிங்குமா நடக்கிறன். ஆனா மனம் பேத்தியைத் தான் நினைக்கிது. தலை சுத்திறமாதிரி இருக்கிது. இண்டைக்குச் சமைச்சு முடிய நேரம் போயிட்டிது. புறாவுக்கு மட்டும் தான் சாப்பாடு போட்டது. காஞ்ச பாண் எப்பவும் யன்னல் கரையில் வச்சிருப்பன். புறாவுக்கு சாப்பாடு போடாட்டிலோ பேத்திக்குச் சாப்பாடு தீத்தாட்டிலோ சந்தோசமா இருக்காது. பேரன் வளந்திட்டான். அவன் தானாவே எல்லாம் பாப்பான்.

நான் கனடாவுக்கு வரேக்க பேரனுக்கு ஐஞ்சு வயசு வந்திட்டிது. ஆனால் பேத்தி என்ர கையுக்குள்ளை வளர்ந்தவள். என்ன இந்த பஸ்ஸை இன்னும் காணேல்ல?

இண்டைக்கு மத்தியானம் சாப்பிடாமல் வந்திட்டன். அது தான் நல்லா நடுங்குது. மருந்து போடவேணும். அதுக்காகத்தானே நேரத்தோடை சாப்பிடுறனான். ஆனால் சில வேளையளில் பேரப்பிள்ளைக்கும் சாப்பாட்டத் தீத்திட்டுச் சாப்பிட்டாத்தான் சந்தோசம்.

இந்த மனுசன் திடீரெண்டு ஒரு நாள் போய்ச் சேந்திட்டிது. என்ர ரண்டாவது மகளோடதான் இருந்தனான். சின்னவளுக்கு மூண்டு பிள்ளையள். வீட்டு வேலையள் செய்தபிறகு கனக்கநேரம் இருக்கும். சின்னவளும் புருசனும்தான் பிள்ளையளை ரியூசனுக்கு ஏத்தி இறக்கிறது. நான் கோயிலுக்குப் போயிடுவன். இவர் இருக்கிற காலத்தில நன்மை தீமையெண்டா ரண்டுபேரும் கதைச்சுக்கொள்ளுவம். ஆனால் சின்னவள் தன்ர வீட்டு விசயங்கள்

84 நிரூபா

ஒண்டும் என்னோடை கதைக்கமாட்டாள். என்ரை பிரச்சனையளும் கேட்கமாட்டாள். வயசுபோட்டிது. உளறாதேங்கோ எண்டுவாள். நான் ஆரிட்ட சொல்லிறது? அந்தக் கடவுளிட்டத்தான் என்ர துன்பங்களைச் சொல்லுவன். கோயிலுக்குத்தான் நெடுகலும் போவன்.

பெரிய தங்கச்சியோடை போனிலை கதைக்கேக்குள்ளை அவள்தான் சொன்னவள் கனடா வந்தியளெண்டால் உங்களுக்கு நல்லாப் பொழுது போகும். தான் நல்லாப் பாப்பன் எண்டும் சொன்னாள். ஆறுதலாகவும் கலகலப்பாவும் பிள்ளை பேரப்பிள்ளைகள் எல்லாரோடையும் வாழலாம் எண்டுதான் நினைச்சனான்.

இப்பதான் பஸ்ஸிலயிருந்து இறங்கி ஓடி வாறாள். அம்மம்மா எண்டு என்னக் கட்டிப்பிடிக்கிறாள். இருவருமா வீட்டை வந்துசேர்ந்தம். அனா கேட்டாள். "அம்மம்மா இண்டைக்குச் சிக்கின் கறிதானே?" எண்டு.

அனாவுக்கு எப்பவும் சிக்கினும் சோறும் எண்டால்தான் விருப்பம். ஒவ்வொருநாளும் வீட்டுக்கு வரேக்க இப்பிடித்தான் கேப்பாள்.

"இல்ல. இண்டைக்கு மரக்கறிதான்." எண்டு சொன்னால் முகம் மாறிடும். முட்டை பொரிச்சாவது குடுக்கவேணும். ஊரிலை இருக்கிற கோழியளுக்கும் இங்கையும் எவ்வளவு வித்தியாசம். தடிச்ச விறச்ச கோழியளைப் பாத்தாலே பயம் வரும்.

ஏன் பிள்ளையளுக்கு இப்பிடிப் பழக்கி வைச்சிருக்கிறாய். ஒரு நாளெண்டாலும் மரக்கறி தீத்தவேணும் எண்டு சொன்னால் அவளுக்குக் கோவம் வந்திடும்.

"விருப்பமெண்டால் தீத்துங்கோ. இல்லாட்டிச் சொல்லுங்கோ. அவளே சாப்பிடுவாள்." எண்டு மூஞ்சேலை அடிச்சமாதிரிச் சொல்லுவாள். வந்த புதிசிலை நான் உந்தக் கோழியெல்லாம் என்னால வெட்டிச் சமைக்கேலாது எண்டு சொல்லீட்டன். உடனயே ஓடிப்போய் பேகர் வாங்கிடுவாள். "உப்பிடியெண்டா ஆரேனைப் பிடிச்சு வேலைக்கு வைக்கட்டோ?" எண்டாள். "அங்கயிருந்து மினக்கெட்டு வந்திட்டு எங்களுக்காக கொஞ்சம் சமாளிக்கமாட்டியளோ?" எண்டாள். பிறகு நானே சமைக்கத் தொடங்கீற்றன்.

மகளின்ர ரண்டாவது பிள்ளைப் பெத்து பாக்கத்தான் என்ன ஸ்பொன்சர் பண்ணினது. ஆனால் மெடிக்கல் சரிவராமல் இழுபட்டுத்தான் வந்து சேர்ந்தனான். சின்னவள் ஒன்பது

மாசமாய் இருக்கேக்கைதான் உந்த இமிகிறேசன்காரங்கள் விசா தந்தவங்கள்.

நான் வந்த அடுத்த நாளே மகள் வேலைக்குப் போகத் தொடங்கீட்டாள். ஒரே ஒரு இரவு. அதுகும் நான் கனடாக்கு வந்தண்டு மட்டும் எனக்கு இடியப்பம் அவிச்சுத் தந்தாள். அடுத்த நாளில இருந்து எல்லா வீட்டு வேலைப் பொறுப்பும் என்னட்டைத்தான். பிள்ளயளுக்குச் செய்யிறது பிரச்சினையில்லை. சொல்லிக்காட்டக்கூடாது. ஆனா என்ன சொல்லுங்கோ பாப்பம் சனி ஞாயிறுகளில கடைக்குப் போகேக்கையோ படத்துக்கு அல்லது வேற கொண்டாட்டங்களுக்குப் போகேக்கையோ கூட்டிக்கொண்டு போகலாம்தானே. அதுவும் செய்யமாட்டாள். மருமேன்தான் சிலநேரம் கடைக்குக் கூட்டிக்கொண்டு போவார். உங்களுக்கு வருத்தம். வயதுபோட்டிது எண்டு தானே சொல்லிக் கொள்வாள். ம்.. இவ்வளவும் கஸ்ரப்பபடுறது எதுக்கு ஒரு வீட்ட வாங்கி நல்லா இருந்தினமெண்டா நானும் சந்தோசமா இருப்பன்.

பேரப்பிள்ளையளும் பள்ளிக்கூடத்துக்குப் போனா வீடு வெறிச் சோடிக் கிடக்கும். வீட்டு வேலையளும் முடிஞ்சிட்டிதெண்டா பொழுதுபோகாது. நாடகங்கள் பாப்பன். அந்தச் ரீவியில விளம்பரம் நிறைய நேரம் போகும். எனக்கு விசர் வந்திடும். ஒருத்தரோடையும் கண்டபடி போனிலை கதைக்கக் கூடாதெண்டு மகள் சொல்லி ஓடர். அதனால போனும் எடுக்கேலாது.

அந்த இடைவெளியிலதான் பல்க்கணியில புறாக்களைப் பாப்பன். ஊரிலும் சரி கனடாவுக்கு வந்த புதிசிலும்சரி புறா எண்டால் எனக்குப் பிடிக்கவே பிடிக்காது. அதுகள் எல்லா இடங்களிலையும் பீச்சியடிக்கும். ஆனால் கொஞ்சக்காலமாத்தான் அதுகளை எனக்குப் பிடிக்கும். மகள் ரீவிய கொஞ்ச நாளாக் கட்பண்ணிவிட்டாள். நானும் பொழுதுபோகேல்ல எண்டுதான் பல்க்கணியப் பாத்துக்கொண்டு நிண்டன். கழுத்தில சில புறாக்களுக்கு சிவப்பு நிறம் இருக்கிது. அந்தப் புறாக்கள்தான் எனக்குப் சரியாப் பிடிக்கும். வந்தா ரண்டு மூண்டெண்டுதான் வருங்கள். அதுகளும் சேந்து நிண்டாலும் ஒவ்வொரு புறாக்களின்ர கண்ணிலையும் ஏதோ ஒரு ஏக்கம் இருக்கும்.

என்னதான் இருந்தாலும் கடைசிக் காலத்தில பிள்ளையும் மருமகனும் பேரப்பிள்ளையளும் என்னைப் பாப்பினம். எனக்குக் கட்டாயம் தெரியும். ஆர் இல்லாட்டிலும் அனா பாப்பாள். அவள் டொக்ரர் படிப்பு படிக்கவெல்லே ஏதோ தூர நாட்டுக்குப் போட்டாள். அவள் அங்க இருந்தும் போன் எடுக்கிறவள்.

இப்ப அவளும் போனபிறகு மகள் வீட்டில் இருக்கிறதேயில்லை. சனி ஞாயிறும் வேலை. ரண்டு வேலை. மகளுக்கு லச்சக் கணக்கில படிப்புச் செலவு. கனக்க அனுப்பவேணுமாம். மருமகனை ரண்டு மூண்டு நாளைக்கு ஒரு முறைதான் பாப்பன்.

புறாக்களோடேயே பொழுதைக் கழிச்சு பழகிட்டிது. இண்டைக்கு புறாக்களைக் காணேல்லை. என்ன நடந்தது? பல்க்கணிக்குப் போய்ப் பாத்தன். அதுகள் இண்டைக்கு வரேல்லை. நல்ல வெய்யில். எங்கேயோ போட்டிதுகள். நாளைக்கும் வருங்களோ தெரியாது. வீட்டிலையும் ஒருத்தரும் இல்லை. எங்க போனதுகள்? வெளியில நிண்டு பாத்தா றோட்டுத் தெரியும். இண்டைக்கு காருகளும் கனக்க இல்ல. கதவைத் திறந்துகொண்டு உள்ள போவமெண்டா...

காத்துவந்து அடிச்சிட்டிது. இல்லாட்டி நான் விழுந்திருக்க மாட்டன். நாரி எலும்பு முறிஞ்சிட்டிதாம். ஆஸ்பித்திரியில ரண்டு கிழமை இருந்தனான். அங்கயிருந்து நேரடியாவே வயோதிபர் விடுதிக்குக் கொண்டுவந்து சேர்த்தாள் மகள். "கொஞ்ச நாளைக்குத்தான்." எண்டு சொன்னாள். நானும் நம்பீட்டன்.

ஏதோ ஒண்டுரண்டு கிழமை இங்க விடப்போறாள் எண்டு தான் நினைச்சனான். தமிழாக்கள் நடத்திற விடுதி. தமிழ்ச் சாப்பாடு. தமிழ்த்தாதி. என்னப்போல நொந்துகெட்டு வந்த சனம் இருக்கிறதால ஆரம்பத்தில பம்பலாப் போச்சிது. ரண்டு மூண்டு கிழமையெண்டு இப்ப ஒரு மாசமும் முடிஞ்சிட்டிது. என்ன துணிமணியெல்லாம் கொண்டுவந்து தந்திட்டுப் போட்டாள். இனி அங்க தங்களோட என்ன வைச்சிருக்கிறது கஸ்ரமாம்.

மகனும் இந்த ஸ்காபுறோவிலதான் இருக்கிறான். அவனக் கேட்டா மகன் தனக்கு முடியாது என்று சொல்லீட்டான். அவருக்கு மனசுக்குள்ள மன்னை. "உன்ரை பிள்ளையளைத் தானே பாத்தவா. இதுவர எங்களுக்கு ஏதாவது செய்தவாவோ?" எண்டு தங்கச்சீற்றை சொன்னவராம். அவன் சொன்னதும் சரிதான். அவனைப் பெத்து வளத்து படிப்பிச்சு கலியாணம் செய்து கொடுத்ததைத் தவிர பாவம் அவனுக்கு என்ன செய்தனான்?

சொர்க்கம் 2

இங்க மகன் வீட்ட வந்து மூண்டு மாசமாப் போச்சிது. மகன் தான் கூட்டிக் கொண்டு வந்தவன். எனக்கு அவ்வளவா விருப்ப மில்ல. ஆனால் பிள்ளையளுக்கு செய்யாட்டி அதுகளோட

தப்பேலாது. பிள்ளையளுக்குச் செய்யவும்தானே வேணும். என்ர இவர் அங்க மகள் வீட்டில. நான் இங்க மகன் வீட்டில. அந்தாளையும் இங்க கூட்டிக்கொண்டு வந்திருந்தால் கொஞ்சம் நிம்மதியா இருக்கலாம். அவர் ஒரு சுகமில்லாத ஆள். அவருக்கு அடிக்கடி செக்கப் இருக்கிது. வந்தாலும் அவரால இங்க கனகாலம் இருக்கேலாது. வயதுபோன நேரத்தில வருத்தமும் வந்திட்டால் டொக்கடர் எங்க இருக்கிறாரோ அங்கதான் எங்களப்போல சனங்களும் இருக்கிறது நல்லது. இங்க தமிழ் டொக்ரர் குறைவு. அடிக்கடி டொக்ரரும் மாத்திக் கொண்டிருக்கேலாது. மகள் கொண்டுபோய் இறக்கிவிட்டால் அவர் தானாவே கதைப்பார். டொக்கரர் தமிழ்தானே.

என்ர இவருக்கு விருப்பமானதுகளை நேரத்துக்கு நேரம் செய்து குடுப்பன். மகள் வேலைக்குக் போட்டு வந்து சாப்பாடுகளும் சரியாச் செய்யமாட்டடாள். இந்தாள் என்ன செய்யிதோ தெரியாது. போனெடுத்தனான். எடுக்கிறாரும் இல்ல. இங்கால வந்தாப் பிறகு பகல் சாப்பாடு கொஞ்ச காலமா வடிவாச் சாப்பிடுறேல்ல எண்டு சொன்னவர். மனுசனுக்கு வருத்தம் கூடப் போகிது. ஒருக்காப் போய்ப் பாத்திட்டு வரலாமெண்டா சனி ஞாயிறுகள்தான் இதுகளுக்கு வேல கூட. ரண்டு மணித்தியாலம் காரில ஓடவும் வேணும்.

பிள்ளையளைப் பள்ளிக்கூடத்தில விட்டிட்டு சமைச்சுச் கிமச்சு வைச்சுத் துப்பரவாக்க நாளே போயிடும். பிறகு இரவுச் சாப்பாடு செய்யவேணும். பிள்ளையளுக்குச் செஞ்சு குடுக்காமல் வேற என்ன செய்யிறது? கைகாலெல்லாம் உளையிது. கொஞ்சம் சாய்வமெண்டா நிம்மதியில்லாமல் கிடக்கு. இந்தாள் இப்ப ஏன் எடுக்கிதில்ல?

“பிள்ளையளப் பாக்க வந்தனியளோ? அல்லது வேற எதுக்கேன் வந்தனியளோ? அவரப் பாக்காமல் இருக்கேலாதோ?”

இப்பிடித்தான் திட்டுவாள் மகள். நான் பயத்தில வாய மூடிக்கொண்டு இருந்திடுவன். கலியாணம் செஞ்சு 40 வருசத்தில் இந்தாளை தனிய விடேல்ல.

“அம்மாட்ட ஒருக்காக் கூட்டிக்கொண்டு போ மேன.” எண்டு கேட்டதுக்கு

“இப்ப அவாவைப் பாக்காமல் இருக்கமாட்டியளோ? இப்பதானே போனவா? புதிசாக் கலியாணம் முடிச்சமாதிரிச் அவதிப்படுறியள்.” எண்டாளாம் மகள். அந்தாளும் என்னை மாதிரி வாயப்பொத்திக்கொண்டு இருந்திட்டிதாம்.

அதுகளும் பாவம் ஒரு வீட்ட வேண்டிப்போட்டு படுறபாடு.

நாலு பிள்ளையளைப் பெத்தம். இப்ப மூண்டு பேர் இங்க. ஒருத்தி மட்டும்தான் இலங்கையில. முதல் மூத்தவளோடதான் இருந்தனாங்கள். எங்களுக்கு வாற பென்சன் காசு நேர அவேன்ர வங்கிக்குத்தான் போகும். கையில் ஒரு காசும் தரமாட்டாள். "என்ன வேணும் சொல்லுங்கோ. வாங்கித்தாறன்." என்பாள்.

எங்கட கையில காச வைச்சு ஆசைக்கு ஏதேன் வாங்கலா மெண்டால் சட்டம் கதைச்சுக்கொண்டு இருப்பாள். மருமேன் ஒண்டும் சொல்லுறேல்ல. மரியாதையா நடத்துவார். எங்கையேன் ஏத்திக்கீத்திக்கொண்டு போவார்.

என்ன சொல்லுங்கோ பாப்பம் நடந்தது? ஊரில இருக்கிற மகள் கொஞ்சக் காசு வேணும் எண்டு கேட்டவள். எங்கட காசில சொஞ்சம் தா எண்டன். "அவைக்கு என்னத்துக்கு. வீடு ஒண்டு புதிசா வாங்கப்போறம். அங்க நீங்களும் அப்பாவும் போயிருங்கோ. உங்கட காசிலதான் மோட்கேஜ் கட்டப்போறம்." எண்டாள். மாட்டன் எண்டிட்டம். தனிய ரண்டுபேரும் ஒரு வீட்டில துணையில்லாமல் வயதுபோன காலத்தில் எப்பிடி இருக்கிறது?

அதுக்குப் பிறகுதான் அங்கயிருந்து வெளிக்கிட்டு வந்திட்டம்.

இப்ப ரண்டுபேருக்கும் வாற அரசாங்கக் காச ஐஞ்சாப் பிரிச்சு நாலு பிள்ளையளுக்கும் ஒரு பகுதி குடுத்திட்டு எங்கட சிலவுக்கும் எடுக்கிறம். அவைக்குக் குடுக்கிறன் இவைக்குத் தரேல்ல எண்ட குறையில்ல. அதிலையும் பிள்ளையளுக்குள்ள சண்டை. அம்மா அப்பாவ நாங்கதானே பாக்கிறம். எங்களுக்கு கூடப் பங்கு தரவேணுமெண்டு சண்டைப் பிடிக்கிதுகளெண்டாப் பாருங்கோவன்.

இந்த மனுசனப் பாத்தால்தான் எனக்கு நிம்மதி. எப்ப பாக்கிறது? சரி பொறுங்கோ. இந்தாளுக்கு ஒருக்கால் போனெடுத்திட்டு வாறன்.

சொர்க்கம் 3

....

பிள்ள வேண்டாம் பிள்ள. உப்பிடிச் செய்யாத பிள்ள. கதவத் திற பிள்ள... என்னை அடைச்சு வைக்காத பிள்ள... நான் இனிமேல் ஒருத்தருக்கும் எங்கட கதையள் சொல்லமாட்டன்... சத்தியமாப் பிள்ள. நிலவறைக்குள்ள கன நேரம் இருக்கேலாது

பிள்ள. சரியாக் குளிரிது பிள்ள. எனக்கு ஆஸ்மா எண்டு உனக்குத் தெரியும்தானே பிள்ள. இப்பதானே வைப்பாஸ் ஒப்பிறேசன் முடிஞ்சு வந்தனான். கொப்பா இல்லாமல் உங்கள வளக்க எவ்வளவு கஸ்ரப்பட்டனான். தெரியும்தானே பிள்ள. உங்களுக்கு எதாவது குறை வச்சனானோ? சொல்லு பிள்ள. ஏதோ முட்டுத் தீர்க்க எங்கட கதையளைச் சொல்லிப்போட்டன் பிள்ள. இனிமே சத்தியமாச் சொல்லமாட்டன்.

கதவத் திற பிள்ள.

பிள்ள... பிள்ள....

நாலுரண்டி: Walker

(16.10. 2017, ஸ்காபுறோ, கனடா)

பச்சை மனங்கள்

நாம் இருவரும் இயற்கை மாதாவின் குழந்தைகள். அதன் இன்பப் பெருக்கில் விளைந்து இனப் பெருக்கத்திற்காகப் பிறப்பிக்கப்பட்ட பல கோடி மக்களைப் போலன்று அதன் பிரத்தியேக இரசனைகளாலும் உணர்வுகளாலும் ஆக்கப்பட்டவர்கள்.

என்னை அவள் அறிந்திருந்தாள். நானும் அவளை தெளிவாகப் புரிந்து கொண்டிருந்தேன். எங்கள் எல்லா ரசனைகளும் ஒரே மாதிரி இருந்தன என்றல்ல. பலவற்றில் ஒன்றிணைந்தும் சிலவற்றில் தனியாவும் இருந்தோம். அதுதான் எங்களை இன்னுமின்னும் கவர்ந்தது. இணைத்தது. மற்றவரின் ரசனைகளைத் தெரிந்திருத்தல் புரிந்துகொள்ளுதல் மதித்தல்தான் அவர்களிலுள்ள அன்பை அதிகரிக்கும் என்பதற்கு நானும் அவளும் உதாரணங்களாகியிருந்தோம்.

இருவருக்கும் ஒரே இயற்கை அன்னைதான். என்றாலும் எமக்கெனத் தனித்தனி கோள்கள் இருந்தன. பலகோடி மக்களும் ஒன்றாகச் சேர்ந்து மற்ற ஒரு கோளில் வாழ்ந்தனர். அதை உலகம் என்று பெயர் சூட்டி அதை அசிங்கப்படுத்தியும் வந்தனர். பொய்யும் பொறாமையும் எரிச்சலும். நிறைந்த அந்த உலகத்திலிருந்து நாம் தனித்துவத்துடன் வாழ்ந்தோம்.

எங்களுடையதை நாம் பூனைக் குட்டி என்றும் யானைக் குட்டி என்றும் பெயர் சூட்டிக் கொண்டாடினோம். யானைக் குட்டி அவளது. என்னுடையது பூனைக் குட்டி. அவளது யானையில் நான் அடிக்கடி போய்வருவேன். ஆனாலும் அவளைப் புரிந்து கொள்வது இலகுவானது என்று சொல்ல முடியாது. ஏனெனில் நான் ஒரு வளர்ந்தவளாக இருப்பதனாலோ என்னவோ. எனது பூனைக் குட்டியை இடையிடையே அவளிடமிருந்து மறைத்துவிடுவேன். அதில் அவளை ஏறி விளையாட எல்லா நேரங்களிலும் அனுமதிப்பதில்லை. அவள் அப்படியல்ல தன்னுடைய குட்டியை என் பூனைக் குட்டியுடன் விளையாட விடவே ஆசைப்படுவாள். எப்போவது ஒரு நாள்தான் தன் யானையை மறைத்து வைப்பாள். பின்னர் அதற்கான காரணத்தையும் அடுத்த நாளே கூறிவிடுவாள்.

இடாவேணி

உலகென்று சொல்லப்படுகின்ற அத்தனை மூலைகளிலிருந்தும் வருவார்கள். நாயாகரா நீர் வீழ்ச்சியையும், நீண்டு வளர்ந்து என்னையும் அவளையும் பயமுறுத்திக்கொண்டிக்கும் அந்த சீ என் கோபுரம் எனப்படும் செயற்கை மலையையும், காலனித்துவத்தினதும் கொடூர ஆட்சிகளின் சின்னங்களாகவிருக்கும் தேவாலயங்களையும், உலகெங்குமிருந்து கொள்ளையடிக்கப்பட்ட விலைமதிப்பிட முடியாத சொத்துக்களின் அருங்காட்சியகங்களையும் தரிசிக்கவும் இரசிக்கவுமென எங்கெங்கெல்லாமோ இருந்து வந்திறங்குவார்கள்.

எனக்கும் அவளுக்கும் இது ஒரு பொருட்டல்ல. நாம் மிகவும் சாதாரணமானவர்கள். நாம் இயற்கையின் மடியில் தூங்கியெழ விரும்புபவர்கள். நாம் பொழுது போக பூனைக் குட்டியுடனும் யானைக்குட்டியுடனும் விளையாடிக் கொண்டிருப்பவர்கள். எமது கோள்கள் இயற்கை வளங்கள் உடையவை. அந்த இயற்கைக்குள் எம்மை அர்ப்பணிக்கவே ஆசைப்பட்டோம். நாம் காடுகளிலும் பற்றைகளிலும் ஓடித் திரிவோம். அந்தக் காடுகளிடையே ஓடித் திரியும் ஒரு குட்டிப் பாம்பினைப் போன்று ஓடும் ஒரு நதியை ரசித்தவாறு பல இரவுகளையும் பகல்களையும் களித்து வந்தோம்.

நான் ஒருநாள் அந்த நதிக்கு கல்லெறிந்து விளையாடினேன். பல்லாயிரம் மனிதர்களின் குரூர குணம் என்னுள்ளும் குடியிருந்தது. அவளுக்குக் கோபம் வந்தது. என்னையும் இழுத்துக் கொண்டு நதியின் உயிருக்குள் ஓடினாள். எங்கள் கால்களையும் முகங்களையும் அதனுள் தொட்டு உறவாடச் செய்தாள். இவ்வாறு அவளிடமிருந்து கற்றுக் கொண்டவைகள் நிறைய. நதியின் உயிருக்குக் கிட்ட என்னை அணைத்து அதன் இயற்கை வாசத்தை எனக்கு உணரவைத்தவளும் அவள்தான்.

தரையில் எம் உடல்களை உரசியபடி மண்ணினதும் அந்த நதியினதும் வாசனைகளை எம்முள் நுகரவிட்டோம். குட்டிகள் துள்ளிக் குதித்து எம்மிலும் ஏறி இறங்கி விளையாடின. நதிக்கு உடைகள் இருக்கின்றனவென்றும் அவைதான் பற்றைகளென்றும் சொன்னவள் பாவித்து வீசப்பட்டிருந்த கோலா ரின்களையும், பிளாஸ்ரிக் பொருட்களைவீயும் பார்த்துக் கோபப்பட்டு எடுத்து வீசினாள். அதில் கொண்டோம் உறைகளும் பெண்கள் மாத விடாயில் இரத்தம் உறுஞ்சிய பாட்ஸ் துண்டுகளும் கூடக் கிடந்தன. அவற்றை என்னவென்று கேட்க நானும் தெரியவில்லை என்று மழுப்பிவிடுவேன். இதெல்லாம் உலக மனிதர்கள் எமது கோள்கள் மீது எறிந்த குப்பைகள்.

எமக்கென இயற்கை வளங்கள் கொண்ட கோள்கள் இருந்தென்ன? ஏமாற்றும் வன்முறையும் செயற்கை வளங்களை அழித்தொழிக்கும் மனிதர்கள் வாழும் பூமியுடன் நாமும் இணைக்கப்பட்டிருந்தோம். அதன் துணையின்றி எமது கோள்கள் வாழ முடியாதிருந்தது அந்த இயற்கையின் தெரிவுதான்.

நாம் வாழ எங்கள் பூனைக்குட்டியும் யானைக்குட்டியும் அந்த நதியும் காடும் போதவில்லை. எமக்கு ஒரு வீடு தேவைப்பட்டது. அந்தக் காட்டினுள் முறிந்து விழுந்த மரங்களையும் சுள்ளி களையும் சருகுகளையும் வைத்து ஒரு வீடு கட்டி அதில் வாழவே எமக்கு ஆசை இருந்தது. வானைத் தொடும் கட்டிடங்களும் காசைத் திண்டு விழுங்கிய வண்டிகளுடனும் இயற்கையை அவமதித்து உண்டாக்கப்பட்ட உணவுகளை உண்டு வருத்தங் களுடனும் வாழ்ந்தும் இறந்து கொண்டிருக்கும் மக்களிலிருந்து விலகியிருக்க ஆசைப்பட்டோம். பணத்தைத் தின்னும் வியாதியும் வாழ்வை விற்று வீடு வாங்கும் வியாதியும் நாடு முழுவதும் பரவியிருந்தது. தமிழர்களும் வெறிபிடித்தலைந்து கொண்டிருந்தனர். ஆனால் இன்னும் பல்லாயிரம் மக்கள் அதே பூமியிற்தானே உயிருக்குப் பயந்து அகதிகளாக அலைந்து கொண்டிருந்தனர்.

“அம்மா! பேபி ஷவர் என்றால் பேபிக்கு குளிக்கவாக்கிறதா?”

“இல்லைச் செல்லம். குழந்தை பிறக்கிறத்துக்கு முன்னம் செய்யிற கொண்டாட்டம்.”

“அப்ப ஏன் அந்த கொண்டாட்டம் செய்யிறது?”

“சும்மா சந்தோசத்துக்குத்தான்.”

“நான் உங்கடை வயித்துக்குள்ளை இருக்கேக்க அப்பிடிச் செய்ததோ?”

“இல்லை.”

“ஏன்?”

“செய்யவேணுமெண்டு நினைக்கேல்லை.” மகளிடமிருந்து தப்புவதற்கு இந்தப் பதிலே இப்போது சரியென்று தோன்றியது. நான் ஒரு பை இனிப்பு வாங்குவதற்கே பட்ட கஸ்ரத்தை அவளிடம் சொல்லி அவளுடைய பிஞ்சு மனசைப் புண்படுத்தக்கூடாது என்று நினைத்தேன்.

“ஏன்?”

“தமிழாக்கள் அப்பிடிச் செய்யிறதில்லை.”

“சகானா அக்கா தமிழில்லையோ?”

“தமிழ்தான். இங்க சில தமிழ் ஆக்களும் செய்யிறவை.”

அன்னமும் நானும் பேபி ஷவருக்கு தயாராவதற்காக ஆடைத் தெரிவில் ஈடுபட்டுக்கொண்டிருந்தோம். பச்சை. சிகப்பு. நீலம். மஞ்சள். எல்லா நிறங்களும் பிள்ளைகளுக்குப் பிடித்தமானவைதான். மரம் பச்சை. வானம் நீலம். சூரியன் மஞ்சள். நிலம் மண்ணிறம். ரோசா சிகப்பு... இப்படி ஒரு பாடலை அன்னம் அடிக்கடி படிப்பாள். சிறுவர்கள் எந்த நிறங்களையும் ஒதுக்குவதில்லை. எல்லாமே அன்னத்துக்கும் பிடித்த நிறங்கள்தான். சில நாட்களில் காலை மஞ்சளாக இருக்கிறது என்பாள். இன்னொருநாள் மாலை சிகப்பாக இருக்கிறது. இருட்டு வெளிச்சமாக இருக்கிறது என்பாள்.

ஒரு நாள் அன்னம் கேட்டாள் “அம்மா நீங்கள் என்ன நிறத்திலை யோசிக்கிறனீங்கள்?” என்று. சிந்தனைக்கு நிறமிருக்கா? நான் பதில் தெரியாமல் நின்றேன். அவள் எனக்கு உதவுவது போன்று சொன்னாள். ”எனக்கு சிலவேளை மஞ்சளாய் இருக்கும். சில நேரம் பச்சையாயும் கறுப்பாயும்கூட இருக்கும்.”

“உங்களுக்கு அது எப்பிடித் தெரியும்?” என்று கேட்டுக் கொண்டே இவள் கனவைத்தான் அப்படிச் சொல்கிறாளா என்று சந்தேகம் வந்தது. அன்னத்துக்கு சிந்தனைக்கும் கனவுக்குமான வேறுபாடுகள் தெரிந்திருக்கிறது என்பதில் எனக்கு மிகுந்த நம்பிக்கை இருந்தது. எனது சிந்தனைகளுக்கு ஒரு நிறம் மட்டும் இல்லை என்று சொன்னேன். என்னை ஆச்சரியமாகப் பார்த்தாள்.

ஒரு பச்சை நிறச் சட்டையை எடுத்துக் கொடுத்தேன். ஆனால் அவள் ஒரு சிகப்பு நிற மேற் சட்டையும் மஞ்சள் பாவாடையும் தான் அணியப்போவதாகச் சொன்னாள். அவளுடைய தெரிவை ஏற்றுக்கொண்டேன். அவளுடைய தெரிவும் எப்போதும் சுதந்திரமானது. நிறத் தெரிவும் ஸ்ரைல் எப்போதும் அவளுக்குண்டு. ஆனால் காலநிலைக்கு ஏற்றவைகளைச் சரியாகத் தெரிவு செய்வாள் என்றில்லை. அதில் என் உதவி தேவைப்படும். ஆடைகளை நானும் அவளும் இணைந்து தெரிவுசெய்வோம்.

என்னுடைய அம்மா நான் பிறந்தபோது மெல்லிய நீல நிறச் சட்டை ஒன்று எனக்கு அணிந்தாளாம். அவள் ஒரு தைரியக்காரி என்பதாலும் எனக்கான ஆடைகளை அவளே தைத்ததுமல்லாமல் அந்த நிறத்திலும் அணிந்தாளாம். அயலவர்கள் உட்பட்டு எனது ஆச்சி வரையில் என்னைப் பார்த்துவிட்டு “பொம்பிளைப்

ஜீ 94 நிரூபா

பிள்ளைக்கு நீலமோ போடுறாய்?" என்று பேசினவையாம். "ஆம்பளை மாதிரி வளக்கப் போறியோ?" என்று கோபமாகக் கேட்டார்களாம். ஆனால் அம்மா உடனே அதை மாற்ற வில்லையாம். இரண்டு நாட்களில் மஞ்சள் உடுப்பு மாற்றிய பின்னர்தான் வாயை மூடிக்கொண்டு இருந்தவையாம்.

நான் அன்னம் பிறந்த போது பிங்நிற ஆடைகளைத் தவிர பல நிறங்களையே அவளுக்கு அறிமுகஞ் செய்தேன். பிங்கில் அப்பிடி ஒரு வெறுப்பு ஏற்பட்டிருந்ததற்கு எங்கள் சமூகமே காரணமாயிருந்தது. நிறங்களை வேறுபாடின்றி ஊட்டி வளர்க்க வேண்டிய நான் சில நிறங்களை மகளுக்க வெறுக்கக் கற்றுக் கொடுத்தேன்.

பேபி ஷவர் ஒரு மண்டபத்தில் ஏற்பாடு செய்யப்பட்டிருந்தது. சகானாவுக்கு நான் மச்சாள் முறை. அவளுக்கு ஆம்பிள்ளைப் பிள்ளை பிறக்கப் போகிறது என்று ஏற்கனவே மாமி சொல்லியிருந்தார். நாங்கள் இருவரும் இரண்டு பேருந்துகளுக்குக் காவல் நின்று பிரயாணித்து மண்டபம் வந்து சேர வெள்ளையும் நீலமும் கலந்த ஒரு சட்டை போட்டிருந்தாள் சகானா. ரொறன்ரோவில் நடைபெறும் தமிழ்த் திருமணச் சடங்குளின் போது வழக்கம்தான். முழு மண்டபமும் நீலத்தில் குளித்துக் கொண்டிருந்தது.

பேபி ஷவருக்கு பெண்களையே அழைக்கும் வழக்கம் இருக்கிறதாம். அனேகமான சகானாவின் நண்பிகளாக இருக்கலாம். இருபத்தைந்தைத் தாண்டாதவர்கள்தான் இருந்தார்கள். மண்டபத்தின் நில மட்டத்திலிருந்து அரை அடி உயரமான சப்பாத்துக்களும் முழங்காலுக்கு மேல் சட்டைகளும் அணிந்திருந்தார்கள். அவர்கள் எல்லோரும் கணனித் துறையில் படித்தவர்களாம். மாமி சொன்னார்.

நாங்கள் அணிந்திருந்தவை வலு விலேச்சும் சல்வேசன் ஆமி போன்ற இரண்டாவது பாவனை உடைகள். அவர்கள் அடையாளங் கண்டிருப்பார்களா? ஏனெனில் எனது மாமியைத் தவிர எங்களுடன் தாங்களாக ஒருவரும் வந்து பேசவில்லை. சகானா ஒரு சிரிப்பு மட்டும். எனது மாமி தன்னிலும் நிறை கூடிய சீக்குவின்ஸ் பொருத்திய சேலையிலும் அரை அடியிலும் சிறிது பதிந்த சான்ரில்ஸிலும் சரிந்தும் விழுகிறமாதிரியும் நடந்துகொண்டிருந்தா. பலர் எம்மை ஏற இறங்கப் பார்க்கும் மொழிகளில் நான் ஒவ்வொரு கணங்களும் துடித்துக் கொண்டிருந்தேன்.

பணங்களை உண்டு விழுங்கிய வண்டிகளுடனும் வருத்தங் களுடனும் வாழ்ந்தும் இறந்து கொண்டிருக்கும் மனிசர்களிடமிருந்து விலகியிருக்க ஆசைப்பட்டோம். ஆனால் எமது வயிறுகளும் பசித்திருக்கும் இயற்கைக் குணம் கொண்டது.

படித்த தொழிலை இங்குச் செய்யமுடியாது. எவ்வளவோ வேலைத்தளங்களில் வேண்டப்பட்டது சம்பளமற்ற வேலை அனுபவம். முன் அனுபவங்கள் தேவை என்கின்ற சாக்கில் உழைப்பை இலவசமாக உறுஞ்சவே ரொறன்ரோவில் பல வேலைத் தளங்கள் காத்திருந்தது மட்டுமல்லாது வருடக்கணக்கில் முன் அனுபவங்கள் தேவையென்றும் விடாப் பிடியாக நின்றன. பிச்சை எடுப்பதுபோன்று மன்றாடிக் கிடைத்தது ஒரு உணவகத்தில் குறைந்த சம்பளத்தில் வேலை.

விருந்தினர்கள் பரிசுப் பொருட்களைக் கொண்டுவந்திருந்தனர். நீலமும் வெள்ளையும் அடுத்தடுத்து கலந்து செய்யப்பட்டிருந்த கேக் வைக்கப்படடிருந்த மேசைக்கு அருகில் எல்லோரும் பரிசுப் பொருட்களை வைத்திருந்தார்கள். கேக் வெட்டி கைகள் தட்டி பின் மணமகளை அழைத்து வருவதுபோன்று எட்டு மாதக் கர்பிணியான சகானாவை பரிசுப் பொருட்கள் இருக்கும் இடத்திற்கு அருகில் அவள் தோழிகள் இருத்தினார்கள். அதன் பின் ஒவ்வொரு பரிசுகளையும் தற்காலிகமாக மறைத்து வைத்திருந்த பல நிறங்களையும் படங்களையுமுடைய கடதாசிகள் சின்னாபின்னமாக்கப்பட்டு ஆச்சரியங்களை ஒவ்வொன்றாக வெளியே எடுத்தார்கள். ஒவ்வொரு ஆச்சரியத்திற்கும் கைதட்டல்களும் கூவல்களும். சூப்பிப்போத்தல்கள், நீல நிறப் போர்வைகள், நீல நிறத்திலான வாய் துடைக்கும் துணிகள், நீல நிற சப்பாத்துக்கள், நீல நிற துவாய்கள்.

வண்ணக் கடதாசிகளிலிருந்து விடுதலையாகிய பரிசுப் பொருட்களை வெளியே எடுத்து அது யார் வாங்கி வந்தார்கள் என்றும் சகானாவும் நண்பிகளும் ஏனையவர்கள் முன்னிலையில் கூறிக்கொண்டிருந்தார்கள்.

குழந்தை பிறந்த பின்னர்தானே பொருட்களை வாங்கிக் கொடுப்பார்கள். அதனால் நான் எந்தப் பரிசுகளையும் வாங்கி வரவில்லை. அன்னம் தானே இரண்டு நாட்கள் இருந்து கீறிய படங்களும் காய்ந்த இலைகளைக் கொண்டு செய்த கார்ட்டையும் மாமியிடம் கொடுத்து சகானாவிடம் நிகழ்ச்சி முடிவில் கொடுக்கச் சொன்னேன்.

“சகானா பேஸ்புக்கில இவென்ட்போட்டு என்னென்ன சாமானுகள்

வேணுமெண்டும் போட்டிருந்தவள். நீ பாக்கேல்லையோ?" மாமி கேட்டுவிட்டு நான் என்ன விடையளிக்கப் போகின்றேன் என்பதனை முன்னரேயே ஊகித்துவிட்ட மாதிரியும் அங்கிருந்து போய்விட்டார். பின்னர்தான் தெரிந்தது கேள்வி கேட்க வில்லையென்று. அன்னத்தின் ஓவியங்களும் காய்ந்த இலையுடன் கார்ட்டும் மேசையில் ஒரு மூலையில் கிடந்து மிதிபட்டன.

இனிப்புகளும் வேறு தின் பண்டங்களும் ஒவ்வொரு மேசையிலும் வைக்கப்பட்டிருந்தன. அவைகளும் நீல நிறங்கள் தான். செயற்கை நிறங்களை உணவுகளில் திணித்ததால் எனக்குப் பிடித்த நீலம் இந்த நீலங்களிலிருந்து தூரத்தில் இருந்தது.

என் நெஞ்சில் பூசப்பட்ட நீலங்களோ என்றென்றும் என் இதயத்துடிப்புடன் இணைக்கப்பட்டிருந்தன. ஆனால் இந்த நீலங்களின் போலித்தன்மைகள். என் நாவிற்கூட உணரமுடிய வில்லை. இது என்ன உலகம் என்றிருந்தது. எனக்கு இரவுச் சாப்பாடு தேவைப்படவில்லை. என் அன்னத்திற்காகவே பொறுமையாகக் காத்திருந்தேன்.

அன்னம் என் வயிற்றில் உதைக்கும்போதே அவளுக்கு அவளென்றறியாத போதே ஒரு பெயரை தெரிவுசெய்தேன். ஆண் பெண் எந்தக் குழந்தையாயினும் என் அன்னையிட்ட அன்னத்துக்கு நன்றியாகவும் என்னை வாழவைக்கும் அன்னத்தின் அடையாளமாகவும் இந்தப் பெயரை தெரிவுசெய்திருந்தேன்.

அவளைப் பெற்றெடுக்க நான் என் உயிரைக்கூட இழக்கத் தயாரானேன். நான் அப்போதுதான் வீட்டில் பிள்ளைபெறக் கூடிய ஒரு விடயத்தை அறிந்திருந்தேன். கனடாச் சட்டம் இங்கு இளகியிருந்தது பிள்ளைப் பாசத்திலா அல்லது பணத்தின் சிக்கனத்திலா என்பது பின்னரே புரிந்தது. என்னை ஒவ்வொரு மாதமும் பரிசோதித்து வந்த மருத்துவிச்சிப் பெண் ஒரு கறுப்பினப் பெண். அவர் தான் முன்னர் இலண்டனில் வாழ்ந்ததாகவும் அங்கு மருத்துவிச்சியாகப் படித்து பல வருடங்கள் பணி புரிந்ததாகவும் கூறினார். ஆனால் தான் கனடா வந்தபோது தன் படிப்பிற்கும் அனுபவத்திற்கும் பூச்சியம்தான் மதிப்பு என்றும் பின் மீண்டும் இங்கு படித்து சம்பளமற்ற தொழில் பல வருடங்கள் செய்ததாகவும் அதன் பின்னர்தான் மருத்துவிச்சியாக மிடுக்குடன் பணி புரிவதாகவும் கூறினார்.

அவர் ஒரு தாயைப்போல எனக்கு அன்னைத்தைப் பெற்றெடுக்க உதவினார். ஒரு வீடுகூட இருக்கவில்லை அப்போது. உறவினர் வீட்டில் ஒரு அறையில் வாடகைக்குத் தங்கியிருந்தேன்.

அங்கேதான் அவள் என் அன்னம் என் வாழக்கையின் ஆச்சரிமாகவும், எதிர்பார்க்காத ஒரு பேரின்பமாயும், ஒரு அழகான கவிதைபோன்று என் மடி சேர்ந்தாள். வெந்தயத்தில் செய்யப்பட்ட குளிசைகளையும் வேறு பல இயற்கை மருந்துகளையும் கிளாறாதான் அறிமுகஞ் செய்தாள்.

அன்னத்துக்கென்று ஒரு பேபி ஷவர் இல்லை. செயற்கை நீலமும் இல்லை. அதே போன்று அவளை முதல் நாளே வெளியில் எடுத்துச் சென்று இயற்கை அன்னையிடம் ஒப்படைத்தேன். என் கவிதைக்கு பல நிறங்களையும் கற்றுத் தந்தாள் பூமித்தாய்.

நான் அன்னத்துக்கு அன்னையாகவும் பேத்தியாகவும் பூட்டியாகவும் இருந்து தேவைகளை நிறைவுசெய்தும் ஒற்றைத் தாய் என்கின்ற பட்டம் தரப்பட்டிருக்கின்றது. அத்துடன் பலர் என்னைப் பரிதாபமாகப் பார்ப்பதும் ஏன்?

நான் பிறந்தபோது எங்கள் ஊர் மருத்துவிச்சி அம்மாவும், என் தாயாரும், ஆச்சியும் அயலவரும் எம்மைச் சுற்றியிருந்து சிரிப்புக்களையும் மகிழ்ச்சிகளையும் பரிசுகளாகத் தந்து கொண்டிருந்தனர். இயற்கை நீலத்தை இழந்திருக்காத வானத்தில் வெள்ளிகள் ஒளித்து விளையாடிய காலமது.

என்னை ஒரு துண்டாக உடைத்து வந்து இங்கே தனித்து விட்டது எது?

ஆனாலும்...

எங்களுக்கு நாமே உருவாக்கிய யானைக்குட்டியும் பூனைக் குட்டியும் இருந்தன. அவைகள் என்றும் உற்சாகமாகத் துள்ளியும் ஓடியும் திரிந்தன. நாம் இயற்கை மாதாவின் குழந்தைகள். அதன் இன்பப் பெருக்கில் விளைந்து இனப் பெருக்கத்திற்காகப் பிறப்பிக்கப்பட்ட பல கோடி மக்களைப் போலன்று அதன் பிரத்தியேக இரசனைகளாலும் உணர்வுகளாலும் ஆக்கப் பட்டவர்கள். தனித்துவமான நானும் அவளும் எங்கள் குட்டிகளும் அந்த ஆற்றுடன் உறவாடி மண்வாசத்தை உண்டு புற்களையும் நேசித்து வாழ்ந்தோம்.

வாழ்ந்தோம்... வாழ்ந்தோம்... வாழ்கின்றோம்..!

(2016, ஸ்காபுறோ, கனடா)

கால அமுது

காதலனை எண்ணிப் புலம்புதல்

அன்பே! உன்னை எண்ணாத நாட்கள் கனவில் மட்டுமே நகர்ந்திடக்கூடும். எம் அன்பு எதனுடனும் ஒப்பிட முடியாதளவு, எந்தச் சட்டகத்தினுள்ளும் பொருந்திவிடாதவாறு விரிந்து செல்கின்றது. என்னை உன்னில் படுத்தி உறங்கிய கணங்கள் கனவுகளல்ல. அவை எம் நேசத்தின் கதைகள்.

அன்பே! ஞாபகம் இருக்கின்றதா? இருபத்தைந்து வருடங்களுக்கு முன்னர்..

எல்லாவற்றையும் படபடப்புடன் பார்த்தும், பார்க்கின்றவற்றை அனுபவிக்கத் துடிக்கும் ஒரு பதின்ம வயதில் உன்னிடம் நான் முதன் முதலில் வந்து சேர்ந்தேன்.

என்னைப் பெற்றெடுத்துத் தன் மடியில் தவழ விட்ட என் அன்னை நிலத்தின் வாசத்தையும், ஓடித் திரிந்த கோடிகளையும், என் நீண்ட பனை மரங்களையும், பக்கத்து வீட்டில் விளையாடிய கிட்டிப் பொல்லையும், பல்லி முட்டை இனிப்புகளையும், ஆட்டுக் கொட்டிலையும், பள்ளித் தோழியரையும் பிரிந்து நீண்டதூரம் வந்துவிட்டேன்.

இருப்பிடத்தைச் சுயமாகத் தீர்மானிக்கக்கூடிய வயதல்ல என்பதால் உன்னிடம் ஒரு அகதியாக கட்டாயம் அழைத்து வரப்பட்டேன். என்ன செய்வது? யுத்தம் கிளித்து ஊற்றிய இரத்தத்தில் தோய்ந்து கிடந்தது நான் கிளறி விளையாடிய மண். திரும்புதல் சாத்தியமற்றது.

இடாவேணி

புதியவனே! எனக்கு நீ அன்னியமாக இருந்த போதிலும், பிரிவுத் துயரில் தோய்ந்து போயிருந்த எனக்கு உன்னைக் கண்டதும் பெரும் மகிழ்ச்சி உண்டாயிற்று. இப்பெரு தேசத்தின் ஒரு பகுதியாய் அழகுச் செழிப்புடன் வாழ்ந்த உன்னிடம் வந்து சேர்ந்தது என் பாக்கியம்.

கண்டனவற்றை உடனே புரட்டி உருட்டிப் பார்க்கும் வயது அது. அதனால் எனக்குப் புதிதாய் இருந்த உன்னை நானே முதலில் ஒவ்வொரு பகுதிகளாகத் தேடத் தொடங்கினேன். உன் ஒவ்வொரு பக்கங்களைக் கண்டவுடன் என்னுள் ஏற்பட்ட பரவசத்தை நீ பார்த்து ரசித்துச் கொண்டிருந்தாய். உன்னுள் நுழைவதும், உன்னைப் பருகுவதும் உனக்குள் ஓடி ஒளிவதும் உன்னை உதைப்பதுமாக உன்னை அறியத்தொடங்கினேன்.

பனிப் பூக்களைத் தாங்கிய பரவச நிலையிலும், வெய்யிலில் கொதித்தும் தவித்தும் இருந்த உன்னைக் கண்டு மகிழ்ந்தும், எரிந்தும், காய்ந்தும் காலங்கள் கரைந்தன. இலையுதிர்த்து நீ நிர்வாணமாய் நின்றபோது வெட்கித்து ஒதுங்கி நின்றேன். மீண்டும் நிறங்களை நீ தந்தபோது நன்றியுடன் குதூகலித்தேன். இப்படித்தானே மெது மெதுவாத் துளிர்க்கத் தொடங்கியது எமது காதல்.

நீ ஆறாக ஓடியும், அமைதியாகவும், பகலாகவும், இரவாகவும், பூங்காக்களாகவும், அதிசயப் பொழுதுகளாகவும், என்னைத் தாங்கும் அன்பாகவும் இருந்தாய். பணத்தையும், படிப்பையும், பயத்தையும், மகிழ்ச்சியையும், ருசிக்கின்ற உணவுகளையும், நான் யார் என்கின்ற கேள்வியையும் தந்தாய்.

அப்போது நான் எட்டாம் வகுப்பில் படித்துக்கொண்டிருந்தேன்.

இடைவேளைகளில் ஆய்ஷாவும், சாறாவும், பியங்காவும், பெரிகானும், மெலானியும் கரங்களை இறுகப் பிணைத்த வண்ணம் ஆறாய் ஓடும் உன்னை ரசித்தபடி நடப்போம். பியங்கா ஒருபோதும் என் கரங்களைப் பிடிக்கமாட்டாள். ஒரு பக்கம் ஆய்ஷாவும் இன்னொரு பக்கம் மெலானியுமாக என் கைகளுக்குள் தமது கைகளைக் கோர்த்து நடந்துகொண்டிருந்தோம். நீ சிரித்துக் கொண்டிருந்தாய். கள்ளங்கபடமற்ற சிரிப்பு. நாம் உனக்குள் கால்களை நனைத்தபோது எம்மைக் கூசச் செய்தாய். உன்னை எம் முகங்களில் அள்ளித் தெளித்து உன்னை விளையாடத் தூண்டினோம்.

என் நேசத்திற்குரியவனே! சில பொழுதுகளில் எம்மை உன்னில்

நனைத்தபோது நீ சூடேறியிருப்பதை உணர்ந்தேன். நான் என் நண்பிகளுடன் இணைந்திருப்பதைப் பார்த்து உன்னால் என்னதான் செய்ய முடியும்? அங்குமிங்குமாக ஓடித்திரிவாய். பின் நாம் பிணைந்தபடி உன்னிடமிருந்து பிரிந்து செல்வதைக் கண் வெட்டாமல் பார்த்திருப்பாய் பொறாமையுடன்...!

உனக்கு ஞாபகம் இருக்கிறதா? சனிக்கிழமை இரண்டு மணிக்குப் பின்னர் நீ பேசுவதேயில்லை. கடைகள் அனைத்தும் அடைபட்டு உன் சொந்தங்கள் அமைதிகொள்ளும் ஒன்றரை நாட்கள் அவை. ஞாயிறுகளில் வீதிகளெல்லாம் வெறிச்சோடிக் கிடக்கும். சாப்பாட்டுக் கடைகளும் பெட்டிக் கடைகளும்தான் விழித்திருக்கும். ஏனையவை ஓய்வெடுக்க, நீயோ அமைதியில் ஆழ உறங்கிவிடுவாய். சனி ஞாயிறு என்று வித்தியாசமற்று எப்போதுமே கலகலத்திருக்கும் எம் கிராமமும் வீடு, சுற்றத்தவருமாய் வாழ்ந்து பழகிய என்னை உன் அமைதி நிலை குலைய வைத்தது.

திங்கள் காலையில் நீ மீண்டும் சிரித்துப் பேசும் வரையில் உன்னுடன் பேசும் ஏக்கத்தை மறைத்து நானும் மௌனத்துடன் பழகத் தொடங்கினேன். தாங்க முடியாத தருணங்களில், அந்த ஒன்றரைத் தினங்களில் நான் உனக்கும் சேர்த்தே சிரித்துக் கொட்டிவிடுவேன்.

அன்றைய தினங்களில் தோழிகள் வீடுகளுக்குச் செல்வேன். எனது பள்ளித் தோழி கத்திறினுக்கு நடனம் என்றால் மிகவும் பிடிக்கும். கத்திறின் வீட்டில் அவளது அறையில் மென் இருக்கையில் இருக்கின்றேன். "இந்தா. சாப்பிடு" என்று கிழங்குப் பொரியல்களும் பிஸ்கற்றுகளும் கொண்டு வந்து தந்தாள். எனக்குக் கிழங்குப் பொரியல் என்றால் எவ்வளவு விருப்பம் தெரியுமா? "உன்னுடைய அம்மா அப்பா வீட்டில் இல்லையா?" என்று கேட்க,

"அப்பா தனது காதலி வீட்டிற்குப் போயிருக்கிறார்." கத்திறின் மிகச் சாதாரணமாகச் சொன்னவாறு அப்பிள்ப் பழச் சாறைக் கிளாசில் ஊற்றித் தந்தாள். "அம்மா வேறு வீட்டில் வசிக்கிறா. இருவரும் பிரிந்துவிட்டார்கள்."

நடனமாடியும் கிழங்குப் பொரியல்களையும் சாப்பிட்டவாறும் இடையிடையே பேசிக்கொண்டிருந்தோம்.

"அம்மா உன்னைப் பார்க்க வரமாட்டாவா?"

இடாவேணி

“இல்லை. நான்தான் போவேன். அம்மாவுக்குச் சின்னப் பிள்ளையும் இருக்கிறது. சில நேரங்களில் அம்மா வெளியே போனால் பிள்ளை பார்க்கக் கூப்பிடுவா. எனக்குப் ‘பொக்கற் மணியும் கிடைக்கும்.” அவள் சிரித்தபடி பழச்சாறைக் குடித்தாள். எனக்குப் இப்போது பழச்சாறு உள்ளே இறங்கத் தாமதித்தது. அம்மாவும் அப்பாவும் வேறுவேறு வீட்டிலா? கற்பனை செய்து பார்க்கவே முடியவில்லை.

கத்திறினின் அறையில் இருந்த மென் இருக்கை சிகப்பு நிறத்தாலான துணியால் செய்யப்பட்டிருந்தது. எழுந்து வீடு செல்லவே விருப்பமில்லாமல் மென் இருக்கையில் சரிந்திருந்தேன். ‘எனக்கும் இப்படி ஒரு தனி அறையும் மென் இருக்கையும் இருந்தால் எவ்வளவு நல்லாயிருக்கும்?’

எங்களைப் போன்ற அகதிகளுக்காக ஒதுக்கப்பட்டிருந்த அடுக்கு மாடி வீட்டில் எங்களுக்கு இரண்டு படுக்கை அறைகளும் ஒரு வசிப்பறையும் கொண்ட வீடு தரப்பட்டிருந்தது. மிகச் சிறிய அறைகளுக்குள் இரண்டு சின்னக் கட்டில்கள்தான் போடலாம். அம்மா அப்பா உட்பட நாங்கள் மூன்று பிள்ளைகளுடன் எங்கள் மாமாவும் வசித்ததால் மடிப்புக் கட்டில்கள் இரண்டும் வாங்கி வைத்திருந்தோம். குளிர்காலம் ஆரம்பிப்பதற்கு இரு மாதங்களுக்கு முன்னர்தான் வந்துசேர்ந்தோம். நிலக்கரி களைக் கொண்டு எரிக்கும் சூடேற்றி ஒன்றுதான் வசிப்பறையில் இருந்தது. அதைச் சூடேற்றுவதற்குச் சிரமப்பட்டோம். அது அணைந்துவிடாமல் பார்க்கவேண்டும். அணைந்துவரும் தருணங்களில் குளிர் எங்களை வாட்டி எடுத்துவிடும்.

கத்திறின் சில சனிக் கிழமைகளில் எங்கள் வீட்டுக்கு வருவாள். தங்கிப் பின் ஞாயிறுதான் மீண்டும் வீடு திரும்புவாள். அம்மா இல்லாமல் அப்பாவுடன் தனியே வாழும் பிள்ளையென்று என் அம்மா அவளை அன்போடு கவனிப்பார். எங்கள் சோறு கறிகளை மூன்று கை விரல்களால் பொறுக்கி உண்பதை வேடிக்கை பார்த்துச் சிரிப்போம்.

அன்பே! உனக்கு இன்னும் ஞாபகம் இருக்கிறதா? கார்னவால் விழா நடைபெறும் நாளில் உன்னோடு அதிகம் பேசமாட்டேன். எனது தோழிகளுடன் திரிவேன். ஒரு கார்னவால் விழாக் கொண்டாட்டத்தின்போது கத்திறின் ஒருமுறை எனது அம்மாவின் சேலையை அணிந்து நடந்து வந்தாள். அந்த நாட்களில் நீ எவ்வளவு அழகாக இருப்பாய் தெரியுமா? விழா

நடக்கும் இடத்தில் றோட்டுக்களை மறித்துவிடுவார்கள். நிறைய மக்கள் கூட்டத்தில் நீ புத்துணர்வுடன் சிரித்துக்கொண்டிருப்பாய். வீதியின் நடுவே வேடிக்கை காட்டும் மனிதர்களைத் தாங்கியவாறு வாகனங்கள் ஊர்ந்துகொண்டிருந்தன. நடுவே நான், கத்திறின், என் சகோதரி வேடிக்கை பார்த்தபடி வீதியில் ஒரு கரையாக நடந்து கொண்டிருந்தோம். அங்கிருந்து அவர்கள் எறிந்த இனிப்புகளை அடிபட்டுப் பொறுக்கிப் பைகளில் போட்டுக் கொண்டு வீடுவந்தோம்.

இவ்வாறு உன்னையும் உன் உறவுகளையும் அறிந்து கொண்டேன். உன்னிடம் என் மனதைப் பறிகொடுத்தேன். நான் தவழ்ந்த நிலம் குண்டுகளால் துளைக்கப்பட்டுக்கொண்டிருந்ததைக் கேட்டு விம்மலெடுக்கும் மனம். பின் அவை வெறும் செய்திகளாகவே மாறிப்போய்விடும். நான் தவழ்ந்த நிலத்தின் தாலாட்டுப் பாடல்கள் என்னைவிட்டு மெதுமெதுவாகத் தூர விலகிச் சென்றுகொண்டிருந்த காலமது.

அன்பே! தூர விலகிச் செல்பவைகளைத் தேடி அலையும் வயசு அல்லவே, அருகிலிருப்பனவற்றுடன் இலகுவில் ஒன்றிப் போகும் வயதுதான் அது. உன்னுடன் வாழ்தலே சாத்திய மென்றாகி விட்டது. உன்னிடமிருந்த புதியனவற்றைக் கற்கவே போதவில்லை காலங்கள். மொழி, உணவு, கலாச்சாரம், இயற்கை. எதையென்று கற்க? எல்லாமே புதுமையாக, சில வேளைகளில் வெறுப் பாகவும்தான் இருந்தது.

ஆம்! என் தோலின் நிறத்தை வெறுக்கும் உன் உறவுகளைக் கண்டு உன் மீது வெறுப்பு உண்டாயிற்று.

ஹிட்லரை வழிபடும் புதிய நாசிகளை வீதிகளில் காணும் போது என்னை ஏதாவது செய்துவிடுவார்களோ என்று உடல் நடுங்கும்...

அன்று ஒரு இரவு புதிய நாசிகள் ஒரு கட்டிடத்திற்குத் தீ வைத்தார்கள். ஒரு முழுக் குடும்பமுமே தீக்கிரையாகிக் கருகிக் கிடந்தது. அவர்கள் எனது உடன் பிறவாத சகோதரர்கள். இன்னும் எத்தனை சம்பவங்கள் உன் நிற, இன வெறுப்புக் கொண்ட உறவுகளால் நிகழ்த்தப்பட்டு, வெள்ளைத் தோலணியாத என்னைப் போன்றவர்களை அச்சத்தில் உறைய வைத்தது தெரியுமா?

ஒருநாள் உடுப்புகள் வாங்குவதற்காக எமக்குத் தரப்பட்ட 'வவுச்சரை' 'கவுண்டரில்' கொடுத்துவிட்டுக் காத்திருந்தோம்.

"இந்த 'வவுச்சருக்கு' உங்களாலை குறிப்பிட்ட உடுப்புகள்தான்

வாங்கலாம்." என்று அவர் சில தரம் குறைந்த உடுப்புகள் இருந்த இடங்களைச் சுட்டிக் காட்டினார். எனக்குப் பிடிந்திருந்த காற்சட்டைகளையோ சட்டைகளையோ காண்பித்தபோது "இல்லை" என்று தலையசைத்தார். கடையில் இருந்த சிலர் காத்திருந்த எங்களை ஏளனமாகப் பார்த்தார்கள். "அகதி" என்று பார்க்கின்றார்களா? "கறுப்பு" என்று பார்க்கின்றார்களா? எதுவானாலும் எனக்குள் வெடித்துச் சிதறிக் கூனிக் குறுகி அடங்கிப்போன தருணங்கள். கை நீட்டி வாழவேண்டிய சூழலில் இப்படித்தான் எல்லோரும் அடங்கிப் போவார்களா?

நான் ஓடி விளையாடிய மண்ணின் பிரிவுத் துயரம் மனதை முட்டி வழியச் செய்யும். மண்ணின் மணத்தைத் தேடியலைந்து தவித்திருக்கும். சிறு வயதுத் தோழிகளிலிருந்து துண்டிக்கப்பட்ட உறவுகளை மீண்டும் எங்கே தேடுவேன்? காலங்கள் அழிந்து போயின. அவர்கள் எங்கெங்கெல்லாம் கலைந்து போனார்கள். தேடியும் திருப்பியெடுக்க முடியாமலும், எங்கள் சிறு பிராயத்து உள்ளங்களும் ஒன்றமுடியாமலும் கலைந்துவிட்டன.

அன்போ, எப்போதும் என்னருகில் வாழும் நீதான் இப்போது என் சினேகிதமாயும், காதலாயும் உறவாகியும்போனாய்.

காதலும் வெறுப்பும் கலந்து எமது உறவு வளர்ந்தது. என்னை நேசத்துடன் அணைத்து வீடும் உணவும் தந்தவன்தான் நீ. பல மூலைகளிலிருந்து ஓடிவந்தவர்களை உன் மார்புகளுக்குள் அணைத்துக்கொண்டவன் நீ. தங்களைப் போலல்லாதவர்களை வெறுக்கும் அவன்களைக் கண்டு உன்னை நான் ஒரேயடியாக வெறுத்துவிட முடியுமா சொல்?

நானும் வளர்ந்து உன்னுடன் கலந்து உன்னுள் ஒருத்தியானேனெடா. உன் ஒவ்வொரு மூலைகளிலும் ஒளிந்து கிடந்தவற்றைத் தேடி எடுத்து அழகுபார்த்து, அனுபவித்ததில் உன்னுள் காதல் பெருகி ஓடியது. நேச நதியாக வளைந்து நெளிந்து நீண்டது எம் காதல். என் நிலத்தைப் பிரிந்த துயரை அனுபவித்தவள். இனியொரு துயர் வேண்டாமே! உன்னை விட்டு என்றுமே பிரியக்கூடாதென்று மனதுள் உறுதிகொண்டேன். ஆனால் என் பள்ளித் தோழியர் ஒவ்வொருத்தராகப் பிரிந்து செல்லத் தொடங்கினர். அவர் பிரிவுத் துயர் என்னை நோக வைத்தது. என் அழுகை பார்த்து நீ கலங்கினாய். மெலானி தான் ஒரு பாடகியாக வரவேண்டமென்று ஒரு பெருநகர் நோக்கிச் சென்றுவிட்டாள்.

கத்திறின் தாய் புதிய கணவருடனும் பிள்ளைகளுடனும் தொழில் நிமித்தம் கொஸ்ரறிக்காவிற்குச் சென்றபோது, தனது பிள்ளைகளைப் பார்க்கவென்று கத்திறினையும் அழைத்துச் சென்றுவிட்டார். எங்கள் பள்ளிக்கூடம்கூட மூடப்பட்டுவிட்டது.

ஆய்ஷாவுடன் கைகோர்த்து நடந்போது தாங்கமுடியாத வலியில் இருவரும் கைகளை இறுக்கி வைத்திருந்தோம்.

ஆய்ஷாவின் அக்காளின் திருமணத்திற்கு ஒரு துணையைத் தேடிக் கண்டுபிடித்துவிட்டார்கள். திருமணம் முடிந்துவிட்டால் ஆய்ஷாவுக்கும் தேடத்தொடங்கிவிடுவார்கள்.

அன்று தனது சகோதரியைப் பார்க்க மாப்பிள்ளை வீட்டுக்காரர் வருவதாக என்னையும் அழைத்திருந்தாள் ஆய்ஷா. மாப்பிள்ளை வீட்டுக்காரர் வந்துபோன பின்னர்தான் போய்ச் சேர்ந்தேன்.

அவளின் பெற்றோர் எப்போதுமே வரவேற்பதிலும் உணவு பரிமாறுவதிலும் முன்நிற்பவர்கள்.

“குற்றுன்ராக்” என்று அவர்கள் யெர்மன் மொழில் வணக்கம் சொன்னபோது “குனைடன்” என்று துருக்கி மொழியில் வணக்கம் சொன்னேன். மகிழ்ச்சியுடன் என்னைக் கட்டியணைத்து முத்தமிட்டார்கள்.

தந்தையார் எனக்குக் கடலை வகைளைக் கொண்டு வந்து தந்தார். வாய்க்குள் போட்டுக் கொறித்துக்கொண்டிருந்தபோது கவனித்தேன். அவர் முகம் வாடியிருந்தது. ஏன் என்று புரியவில்லை. அவருக்குத் தெரிந்த அரைகுறை யேர்மன் மொழியில் படிப்புப் பற்றிக் கேட்டார். ஆறாம் வகுப்பில் சேர்ந்து ஒரு வார்த்தைகூடப் பேசத் தெரியாத எனக்கு ஆய்ஷாதான் உச்சரிப்புகளைச் சொல்லித் தந்தாள் என்பதும் அவருக்குத் தெரியும். தாயார் சின்னக் ‘கிளாஸ்களில்’ மூவருக்கும் துருக்கித் தேனீர் தயாரித்து எடுத்து வந்தார்.

ஆய்ஷா தங்களது அறைக்குள் வரும்படிக் கூப்பிட்டாள். வழமையாக அங்கிருக்கும் கட்டிலில் இருந்துதான் படிப்பு, படம் என்று பலதும் பேசுவோம். அக்கா யேறன் படுத்திருந்தாள்.

“இன்று வந்து அக்காளைப் பார்த்துவிட்டு வேண்டாமென்று போய்விட்டார்கள்.” மெதுவாகச் சொன்னாள் ஆய்ஷா.

“ஏன்? சீதனம் ஏதாவது போதவில்லையா”

“விலைகூடிய கட்டிலறைத் தளபாடங்கள் அவர்கள்

வாங்குவார்கள். அது மாப்பிள்ளையின் கடமை. எங்களிடம் அக்காளுக்குக் கொடுப்பதற்கு நகைகளும், பணமும் இருக்கின்றன. ஆனால் இது ஒரு பிரச்சினையில்லை.”

‘அப்ப என்ன?’ என்பதுபோல் அவள் முகத்தையே பார்த்துக்கொண்டிருந்தேன். அவள் கண்களை அசைத்துச் சமையல் அறைக்கு வரும்படி அழைத்தாள்.

“கலியாணம் பேசி முடித்தால் மாப்பிள்ளையின் அம்மா பொம்பிளையின் உடம்பை முழுமையாகப் பரிசோதித்துத்தான் கடைசியாக முடிவு சொல்லுவார்.”

“உண்மையாவா? என்றேன்.

“உடுப்பெல்லாம் களட்டிப் பார்த்தார்கள்.”

“ஆஞ்..உடுப்பெல்லாம் களட்டி நிர்வாணமாயோ?”

“ஓம். இண்டைக்கு வந்து மாப்பிள்ளையின் அம்மா பார்த்துவிட்டு பிடிக்கவில்லை என்று சொல்லிக் கிளம்பிப் போய்விட்டார்கள்.”

எனக்கு என்ன சொல்வதென்று தெரியவில்லை. அமைதியாக இருந்தேன்.

“உனக்குத் தெரியும்தானே அக்காவிற்கு வலது கால் சாதுவாக வளைந்திருக்கிது. அதுதான்.”

இதற்குமேல் என்ன பேசுவதென்று தெரியவில்லை. அமைதியாக இருந்து பின் அவர்களை வாரித் தழுவிய பின் வீடு திரும்பினேன்.

நேசமே! காலங்கள் என் வயதை என் அனுமதியின்றி விழுங்கிக்கொண்டிருந்தது. இளமை என்னுள் தராளமாகப் புகுந்து விளையாடியது. பன்னிரண்டாம் வகுப்பை முடித்திருந்தேன். என்னைப் போன்று நீயும் சிறிது மாறிக்கொண்டிருந்ததை நான் அவதானித்தேன். உன்னை நான் சந்தித்த ஆரம்ப காலத்திலிருந்து நீ இப்போது நிறையவே மாறியிருந்தாய். இல்லை உன்னை மாற்றிக்கொண்டிருந்தார்கள். மாற்றத்தை என்னால் ஜீரணிக்க முடியவில்லை.

நேசமே! என்னுடைய எண்ணங்கள் உன்னையும் தாண்டி வளர்ந்துகொண்டிருந்தது. உலகில் எல்லா மூலைகளிலும் எதையெதையோ தேடத் தோடங்கிய காலம். என் வாழ்வை நானே பொறுப்பெடுத்துக்கொண்டுவிட்டேன். எங்கள் நேசத்தின் ஆழத்தை நான் உணரும் காலங்களில் ஒருநாளில்தான் உன்னைப் பிரிய முடிவெடுத்தேன்.

என் பிரியமானவனே...நெஞ்சு நிறைய நேசத்தை நிறைத்து

வைத்திருந்தும், மீண்டும் உனைச் சேரும் நாளொன்று வருமென்ற அசைக்க முடியாத நம்பிக்கையுடன்தான் இதயம் கனக்க உன்னைப் பிரிந்து சென்றேன்...

ஒரு தாயின் குமுறல்கள்

நீ என்னை விட்டுப் பிரிந்து இருபத்தைந்து வருடங்களின் பின் மீண்டும் எதைத்தேடி இங்கு வந்தாய்?

என்னை விட்டுப் பிரிந்து நீ சென்றதன் பின் நான் அழுத கண்ணீர் இங்கே குளமாகி, குளம் பெருக்கெடுத்து பின் வற்றிக் காலப்போக்கில் என் அடையாளத்தையே இழந்து, யுத்தம் கிளித்துப் போட்டு இங்கே வதைப்பட்டுக் கிடக்கின்றேனே.

நீண்ட காலத்திற்குப் பின்னான உன் மீள்வருகை எனக்குள் இன்னுமின்னுமாய் உன் ஞாபகங்களைக் கிளறி விட்டுள்ளது.

கோழி கூவிமுடியாத ஒரு பொழுதில் என்னை விட்டு ஓடியவள்தானே நீ.

எதற்காக வந்தாய்?

இது உன் விடுமுறை நாட்களா? அதனால் உல்லாசப் பயணியாக என்னைப் பார்க்க வந்தாயா?

இன்னும் இங்கே எஞ்சியிருக்கும் உன் பொருட்களை எடுத்துப் போக வந்தாயா? அல்லது எனக்கு இறுத்திச் சடங்கு முடித்துச் செல்ல வந்தாயா?

இதுபோன்று இலாப நட்டம் பார்த்து வெளி தேசங்களிலிருந்து வந்து போபவர்கள்தானே நீங்கள்.

இன்று மீண்டும் நீ எனைச் சேர்வது போன்று பிரமையூட்டிப் பின் என்னைப் பிரிந்து போவதில் நான் அடையப்போகும் துன்பத்தைப் பார்த்து ரசிக்க வந்தாயா? அல்லது இன்னும் நான் உன் நேசிப்பிற்காய் ஏங்கிக் கிடப்பவள் என்றெண்ணி இங்கே வந்தாயா?

நீ எனைப் பிரிந்து பல ஆண்டுகள் பறந்துயோய்விட்ட பின் இன்று மீண்டும் வந்திருக்கின்றாய். ஆயினும் உன் வருகை எனக்கு மகிழ்ச்சியைத் தரவில்லையே.

மீண்டும் ஏன் எனைத்தேடி இங்கு வந்தாய்?

அயற் கிராமங்களில் குண்டுகள் வெடித்துச் சிதறிய பொழுதுகளிலும், ஏன் என்மீதும் குண்டுகள் எறியப்பட்டபோதும் நீ எங்கிருந்தாய்?

உன் வீடு வெடித்திருக்கின்றதா அல்லது வாடகைக்குக் கொடுப்பதற்கு ஏற்றதாக இருக்கின்றதா என்று பார்வையிட வந்தாயா?

எஞ்சிய எலும்புகளை எடுத்துச் சென்று வியாபாரம் செய்ய வந்தாயா?

உன் மேல்நாட்டுக் காதலன் துரத்திவிட்டானா? இங்கு தஞ்சம் கோரி வந்தாயா? என் கண் முன்னே நிற்காமல் போய்விடு. கல்மனசுக்காரி.

மகளின் குமுறல்கள்.

நீண்ட காலத்தின் பின்னர் தவழ்ந்து விளையாடிய நிலத்தை மீண்டும் காண வந்தபோது...

இங்கே ஒரு பட்டாம்பூச்சி பறக்கிறது. பலாவின் வாசனை மூக்கைத் துளைத்து வயிற்றை விறாண்டுகின்றது. நாங்கள் நட்ட மாமரங்கள் எல்லாம் இப்போது பட்டுப்போனது. இல்லையில்லை. ஒன்று மட்டும் உயிர் தப்பி இரண்டு காய்களைக் காவுகிறது.

பதின்மவயதில் இந்தக் கோடியில் நிகழ்ந்தவைகள் இன்னமும் நெஞ்சிலிருந்து அழியாதவைகளாக வரையப்பட்டுக் கிடக்கின்றன. இங்கேதான் சிவராத்திரிக்கு ஒரு மேடை கட்டி இரவிரவாகப் பாடல்கள் படித்து காலைவரையில் கண்விழித்திருந்தோம். அதோ அந்தக் கரையால் பாத்தியில் தண்ணீர் ஓடிக்கொண்டே இருக்கும். பாத்திக்கு நேரே கமுகு மரங்கள். பாக்குகளைத் தவறுதலாக விழுத்திவிட்டு முழிப்பதுபோன்று நிற்றன.

சின்னஞ்சிறிய பாதங்களிலேறிச் சேறுகளாகி விளையாடியவள் நீ. எனக்கும் என் அம்மாவிற்கும் ஏன் என் ஆச்சிக்கும் ஆச்சியின் ஆச்சிக்கும் உயிர்கொடுத்தவளும் நீயேதான். அழகிய மரங்களில் பூக்களை வைத்து காய்களை கனிகளாக்கும் இளகிய மனமுடையவளே. நீ எங்களை வாழ வைத்த தாயல்லவா? புகையிலைகளை உன்னில் வளரவிட்டு தொழில் சமைத்துக் கொடுத்தவள் நீ. என் தாயே! உன்னிடம் எனக்கு செஞ்சோற்றுக் கடன் இருக்கிறது. உன்னிலுள்ள அன்பு ஞாபகமாக மலர்ந்திருக்கிறது. யாதார்த்தத்திற்கும் நினைவுக்குமிடையே எமது வாழ்வு தனித்த தனிக் கனவுகளாவிட்டன. கனவுகளைத் தள்ளி வைக்க முடியாது தலை கனக்கிறது. இப்போது என் யாதார்த்தம் வேறாகிவிட்டது அன்னையே.

உங்களுக்கு ஞாபம் இருக்கின்றதா? அன்று... இருபது வருடங்களின் முன்னர் என்ன நடந்ததென்பதை மீண்டும் சொல்கிறேன்.

கிட்டி அடித்து விளையாடிவிட்டு வீட்டிற்குப் பயந்தபடி நுளைகின்றேன் இன்று சாம்பல் அடிதான் விழப்போகிற தென்றெண்ணியபடி. ஆனால் அம்மா சும்மா நிற்கின்றார். சிரித்தார். எனக்கு நம்ப முடியவில்லை. அடியும் விழவில்லை. அம்மாவிற்கு என்ன நடந்தது?

சகோதரர்கள் எல்லோரும் வீடு வந்து சேர்ந்த பின்னர்தான் சொன்னார் நாங்கள் வெளிநாட்டுக்குப் போகவிருக்கும் விடயத்தை. அதிர்ந்துபோனேன். அக்காக்களெல்லாம் மகிழ்ச்சியில் துள்ளிக் குதித்தார்கள். ஆனால் என் முகம் வாடியிருந்ததை நீங்கள் அவதானிக்கவில்லையா? உங்களை விட்டுப் பிரிய மனம் இணங்காமல் நான் கோடிக்குள்ளும் குசினிக்குள்ளும் நின்று அழுதேன். தெரியும்தானே? எனது தெரிவாக எதுவும் இருக்கவில்லை. அவர்கள் வளர்ந்தவர்கள் எடுத்த முடிவு அது.

அவர்களது சொல்லும் செயலும் இணையாத விரோதிகளாகி விடக்கூடும்மென்று நப்பாசை கொண்டேன். ஆனால் அவைகளும் காதல் செய்தன. நான் உங்களைப் பிரியும் அந்தப் பாளாய்ப்போன நாளும் வந்தது. ஆச்சி அழுதவாறு கூனியபடி பொல்லூன்றி நின்றிருந்தார். அயலவர்கள் கூடி நின்றார்கள். எமை ஏத்திச் செல்ல கார் வந்துவிட்டது. நான் காருக்குள் ஏறி இருந்தபோது ஆச்சி அழுதவாறு சொன்னார்: “என்ர செத்த வீட்டுக்கெண்டாலும் வருவியள்தானே?” என்று.

இரண்டு வருடங்கள் விரைவாக ஓடிவிடுமென்றும், நான் திரும்பி வந்துவிடுவேனென்றும்தான் நினைத்தேன். தோழியருக்கும் சொன்னேன். அன்று நீங்கள் அழுது வடித்துக்கொண்டிருந்தீர்கள். உங்களுக்கு நான் அனுப்பிவைத்த கடிதங்களிலும் செய்திகளைச் சேர்த்துவிட்டேனே. ஞாபகமில்லையா? நான் சொல்வதைக் காதுகொடுத்துக் கேட்கும் பொறுமை அன்று உங்களுக்கு இருக்கவில்லை. என்னை ஒரு ஏமாற்றுக்காரியாக, துரோகியாக பார்த்துக்கொண்டிருந்தீர்கள் என்பது எனக்குத் தெரியும். அப்போது என் புதியவனின் அன்புப் பிடியில் நீங்கள் ஞாபகங்களாக மாறிக்கொண்டிருந்தீர்கள்.

ஓடி விளையாடிய கோடியையும், பிரியமான தோழியரையும், உயர்ந்து வளர்ந்து நின்ற தென்னை மரங்களையும் பிரிய முடியாமல் நான் அழுதுகொண்டு சென்றதைப் பார்த்தும் என்னைத் துரோகி என்கிறீர்களா?

அன்று சரியான மழை கொட்டிக்கொண்டிருந்தது. நீங்களும் நானுமாக விக்கி விக்கி அழுது வடிந்த கண்ணீர் கலந்து

நாக்கிளிகளைப்போன்று ஓடுவதை கார்க் கண்ணாடிகளில் பார்த்தபடி விடைபெற்றுச் சென்றேன். இதுதான் நடந்தது.

எங்கோ தொலைவில் புதியவனோடு விளையாடிக்கொண்டிருந்த எனக்கு, உங்களில் விழுந்த இடிகள் பதறச் செய்தனதான். நானோ கையாலாகதவள் போன்று நடைப் பிணமானேன். அத்தோடு இளமையும் புதுமைகளும் துள்ளி விளையாட உங்கள் துயரங்களில் பங்குபெற முடியாது போனது.

நீங்கள் எனக்கு உயிர் தந்தீர்கள். ஆனால் அவனோ என்னை வாழ வைத்தான். உங்களிலிருந்த நேசம் ஞாபகங்களாகவும் ஏக்கங்களாகவும் உருமாறியபொழுது அவனை அன்பு செய்யச் தொடங்கியது தவறு என்கிறீர்களா? அவன் அருகில் இருந்தான். கவலைக்குக் கட்டுப்போட்டான். என்னை ஒரு புதிய மனுசியாக மாற்றினான். என் இளமைக் காலங்களில் ஒரு குழந்தையாக அவன் மடியில் கிடந்தேன். அவன் எனக்கு மொழியைத் கற்பித்துப், புதிதாய் ஆடைகளைத் தந்து, என் குடுப்பத்துடன் இணைத்து வைத்திருந்தான். என் சோர்வையும் சிரிப்பையும், அழுகையையும், என் பலவீனங்களையும், என் மென் உணர்வுகள் அனைத்தையும் உளப்பூர்வமாக அறிந்தவன். அதனால் காலப்போக்கில் அவனே என் காதலனாக உருப்பெற்றான். இப்போது அவன் அருகில் நானில்லை. ஆனாலும் அவனே இன்றுவரைக்கும் என் காதலன்.

இதோ! இங்கேயே என் யதார்த்தம் உடைகளற்றி நிற்பதைப் பாருங்கள்.

உயர்ந்து வளர்ந்த என் தென்னை மரங்கள் என்னவாயின?

அன்று நான் ஆடிய ஊஞ்சல் எங்கே? குரும்பட்டித் தேரும் மரவள்ளி மாலைகளும் செய்த என் தோழிகள் எங்கே போயினர்?

இன்று ஒருவரைக் கடையிற் பார்தேன். தேங்காய் குலுக்கும்போது "இது நல்ல தேங்காயா?" என்று கேட்டேன்.

"வெளிநாட்டில் தேங்காய் இல்லையா?"என்று கேட்டார்.

"நான் வெளிநாடு என்று உங்களுக்கு எப்படித் தெரியும்?" என்று கேட்டேன்.

"நீர் என்னை மறந்திட்டீரா? உம்மோட மூண்டாம் வகுப்பில படிச்ச ஜீவன்."

நான் மூளையைக் கசக்கிக் கசக்கி அது சுருங்கிப்போனதுதான் மிச்சம். அவனின் (அவரின்) முகத்தை எனக்கு ஞாபகத்தில் கொண்டுவர முடியவேயில்லை.

அண்ணாந்து பார்த்தால் நுனி தெரியாத அத்தனை உயரமாக விட்டுச்சென்ற தென்னைமரங்கள் ஏன் சிறுத்துப் போயின? காணமல்போன எனது தோழிகளை எங்கு கண்டுபிடிப்பது?

எனக்கு முன்னர் அறிமுகமில்லாதவர்கள் இங்கு வாழ்கிறார்கள். யார் நீங்கள் என்று கேட்டால் இந்த ஊர்க்காரர்தான் என்கிறார்கள். 15 வருடங்களுக்கு முன்னர் இடம்பெயர்ந்து வந்தவர்களாம். என்னை எந்த ஊரைச் சேர்ந்தவள் என்று கேட்கிறார்கள். இது என் ஊர் என்றால் நம்ப மறுக்கிறார்கள். என்னை வெளியூர்க்காரி என்கிறார்கள்.

உங்களை நான் மீண்டும் தேடி வருகின்றேன். உங்களிடத்தில் தங்கிவிடவல்ல. நீங்கள் எனக்கு உயிர் தந்தவர். உங்கள் ஞாபகங்கள் என்னிடத்தில் நிறையவே இருக்கின்றன. நன்றியுணர்வுடன் வந்து செல்கின்றேன். அவ்வளவுதான்.

உங்கள் பிரிவே நிரந்தரமாகிவிடக்கூடாதென்று அன்று அழுது புலம்பியுமே இன்று அது காலத்தின் யாதார்த்தமாகித் துளிர்த்து விட்டது.

எனக்கு உயிர் கொடுத்த அன்னை என்ற நன்றியுடன் உங்களை மீண்டும் பிரிந்து செல்லப்போகின்றேன் என்பதுதான் உண்மை. போய் வருகிறேன் அன்னையே!

மீண்டும் பிரியமுள்ள காதலுக்கு!

அன்பே! ஒரு பொழுதில் உன்னைப் பிரிந்து சென்றுவிட்டேன். மீண்டும் உன்னிடம் வந்துசேர ஆசைகொண்டலைகிறது மனம். ஆனால் என் இருப்பிடம் இன்று வேறாகிவிட்டது.

இதோ மீண்டும் மீண்டும் உனைத் தேடி வருகிறேன் ஒரு விடுமுறைப் பயணியாய்... உன்னைக் காணும் ஒவ்வொரு வினாடிகளும் உனைப் பிரியப்போவதை பயமுறுத்தி நிற்கும் குறுகிய விடுமுறை நாட்கள்.

நீ என்னுள் கலந்தவன். என்னை ஒவ்வொரு அதிசயங்களுக்குள்ளும் எடுத்துச் சென்று புதியவைகளைக் கற்றுத் தந்தவன். ஒரு புத்துணர்வாய் என்றும் உனக்குள் வாழ்ந்துவிடவே ஆசைப்படுகிறேன். ஆனால்... என்ன செய்வது? இன்று என் இருப்பிடம் தொலை தூரமாகிவிட்டது.

நீயும் நானும் வாழ்வது விண்ணுக்கும் மண்ணுக்குமான தூர மில்லை. ஆனாலும் பிரிந்தே வாழவேண்டியது யாருடைய தெரிவு..?

இடாவேணி

உன்னையும், தவழ்ந்த நிலத்தையும் விட்டுப் பிரிந்து இத்தனைக் காலங்களாகிவிட்டன. பிலாவின் மணம் ஞாபகத்தில் துளைக்க, இன்று உன்னில் சாய்ந்து இந்தச் செரிப்பழங்களைச் சுவைத்துக்கொண்டிருக்கிறேன்.

என் அன்பே! இதோ என் விடுமுறை நாட்கள் முடிவடைகின்றன. மீண்டும் உன்னைப் பிரியும் கணங்கள் நெருங்கிவிட்டன... கண்கள் நிறைகின்றன.. மனம் கனக்கிறது... சென்றுவருகின்றேன் அன்பே...!

அன்னையிழந்தேன். காதலனைப் பிரிந்தேன். தொல்குடித் தோழரே! இன்று உம் நிலத்தை ஆக்கிரமித்துக் கொண்டிருக்கின்றேன்.

(2017, காகன், யேர்மனி அம்மாஅப்பா வீடு, ஸ்காபுறோ, கனடா)

தஞ்சம் தாருங்கோ

எங்களைப் பற்றி நீங்கள் நிறையக் கேள்விப்பட்டிருப்பியள். எங்களுக்கெண்டு நாடு இல்லை. வீடு வாசலும் இல்லை. சில நேரங்களில சொந்தமான பெயர்கூட இருக்காது. நாங்கள் உள்நாட்டுக்குள்ள ஓடி ஓடி ஓஞ்சுபோனம். ஏலாத நிலையிலதான் உங்களைத் தேடி வர வெளிக்கிட்டம்.

எங்களுக்கெண்டு இருக்கிறதெல்லாம் சின்னச் சின்ன ஆசையள் தான். ரண்டு அல்லது மூண்டுவேள சாப்பாடு. தண்ணி. இருக்க இடம். பாதுகாப்பு. ஏன் உங்கள் ஒவ்வொருத்தருக்கும் இந்த ஆசையள் இல்லையோ? நீங்கள் வெளிக்கிட்டு பத்து பதினஞ்சு வரியங்கள். பயமெண்டா உங்களுக்கு என்னெண்டு தெரியுமோ? ஓமோம். எங்களப்பற்றி நிறையக் கேள்விப்பட்டிருப்பியள். பெருங்கதையள். குட்டிக் கதையள். கொறிலாக் கதையள். சோகக் கதையள்.

கொஞ்சம் பொறுங்கோ. இப்ப கதவத் திறக்கிறது ஆர்? அந்தத் தடியனாத்தான் இருக்கவேணும்.

நினைச்சன். வந்து நிக்கிறான். அவன்ர சப்பாத்து, துடையள், முகம், கையள், அதில தொங்கிற விரல்களெல்லாம் மொத்தம் மொத்தமா பெரிசா இருக்குது. இவன்ர மூஞ்சிக்கு சிரிப்பு கொஞ்சம் வாங்கி ஒட்டினாலும் பத்தாது. களண்டு விழுந்திடும்.

ஒரு சின்னச் சிறையெண்டாலும் இது இப்ப எங்களுக்குச் சொந்தமானதுதான். உள்ள வரேக்க கதவத் தட்டீற்று வரலாம்தானே. நாங்கள் அரைகுறையாப் படுத்திருப்பம். கக்கூசுக்குப்போவம். உடுப்பக் களட்டிவிட்டு முதுகு சொறிஞ்சு கொண்டிருப்பம். பேனெடுத்துக் குத்திக்கொண்டிருப்பம்.

அடிக்கடி வாறாங்கள். பொறாங்கள். எங்கட கையப்பிடிச்சுப் பாக்கிறாங்கள்.

கொழும்பில நாங்கள் லொட்சில தங்கியிருக்கேக்க அங்கயிருந்த அரவிந்தன் அண்ணா, கண்ணனண்ணை, ஜீவன் எல்லாரும்

எவ்வளவு மரியாதையா எங்களோடை நடந்தவை. றூம் கதவில தட்டீற்றுத்தான் உள்ள வருவினம்.

பின்னேரத்தில வடை அல்லது உறைப்பு றொட்டி. இரவுச் சாப்பாட்டுக்கு இடியப்பம். புட்டு. அவையள்தான் போய் வாங்கிக்கொண்டு வருவினம். பின்னேரங்களில எல்லாரும் ஒண்டு கூடி முஸ்பாத்திதான். முன்வளவில இருக்கிற தென்னமரத்துக்குக் கீழ பெரிய கல்லொண்டு இருக்கு. அதிலதான் சந்திக்கிறது. ஒரே ஊர்க்கதையள்தான். அநேகமா பள்ளிக்கூடம், பிறகு இயக்கம், ஆர்ஆர் செத்துப்போனது, ஆற்ற வீடுகள் உடைஞ்சிது.... வங்கர்க் கதையள் நிறைய.

ஜீவன் மட்டும் நிறையக் கதைக்கமாட்டான். அவன்ர காதல் கடிதத்தப் பாத்து எனக்குச் சிரிப்புத்தான் வந்தது.

"உங்களிலும் எனக்கு வயசு குறைவெண்டு பாக்கிறியளோ?"

"இல்ல ஜீவன். எனக்கு ஜேர்மனியில பேசித்தான் இப்ப அவரிட்டப் போகத்தான் நிக்கிறன் எண்டு உமக்குத் தெரியும்தானே?"

கொஞ்ச நாளா தென்னமரத்தச் சந்திக்கவோ கல்லோட கதைக்கவோ ஜீவன் வாறறேல்ல. மின்ஸ்க்கில இருந்த தமிழ்ப் பெடியள் தறுதலையள். எல்லாருக்கும் ஒரே ஒரு அறைதான். ஒழுங்கா நித்திர கொள்ள ஏலாது. சட்ட மாத்தேலாது. முதுகு சொறியேலாது. இதுக்கெண்டே இலங்கயில இருந்து வெளிக்கிட்டு வந்தமாதிரி இன்னும் நிக்கிதுகள் கொஞ்சப்பேர்.

ஒருநாள் நல்ல நித்திரை. கனவிலதான் நடந்தது எண்டு முதல்ல நினைச்சன். எழும்பிப் பாத்தா தறுதல ஒண்டு தடவிக் கொண்டிருக்கிது.

"என்ன வேல செய்யிறீர். நீர் நினைக்கிற மாதிரிப் பொம்பிள இல்ல நான்."

"இங்க இதெல்லாம் சகஜமக்கா. நீங்கள் கண்டும் காணாதமாதிரி இருக்கிறது நல்லது."

"கப்பல் ஏறி வந்தாப்பிறகு எங்களுக்குக் கலாச்சாரம் மானம் ஒண்டும் இல்லையெண்டு நினைச்சிட்டியளோ?"

"கற்புக் கிற்பெல்லாத்தையும் அங்க இலங்கையோட வைச்சுக்கொள்ளுங்கோ. சும்மா நடிக்காதேயுங்கோடி."

மிச்ச எல்லா ஆம்பிளையளும் பாத்துக்கொண்டிருக்கினம். ஒருத்தரும் வாய்திறந்து கதைக்கினம் இல்லை. இவனுக்கு இவள்

114 நிரூபா

ஓமெண்டா நாங்களும் தேச்சுப்பாக்கலாம் எண்டமாதிரி ஆவெண்டு பாத்துக்கொண்டு நிக்கிறாங்கள்.

“உங்களுக்குத் தேவையெண்டா சுவரோடபோய்த் தேயுங்கோடா.”

என்ர பாஸ்போட் துலைஞ்சுபோச்சுதாம். ஏன் பாஸ்போட் துலைஞ்சது எண்டு எனக்கெல்லோ தெரியும்.

அவனுக்குப் பெயர் குணசீலன். கோதாரில போனவன். ஏஜென்சிக்காரங்களெண்டா இவ்வளவு கெட்டவங்களெண்டு நானெண்டா நினைச்சே பாக்கேல்ல. பொம்பிளெயெண்டு பரிதாபம் பாத்துத்தான் இவ்வளவு ஆம்பிளயளோடையும் தனியத் தங்கவிடாமல் தன்ர வீட்டுக்குக் கூட்டிக்கொண்டு போறான் எண்டு முதல்ல நினைச்சன். படுக்கிறதத் தவிர ஆம்பிளயளின்ர தலேக்குள்ள வேறயொண்டும் இல்லையோ? யோசிச்சுப் பாக்க அரியண்டமாக்கிடக்கு. இப்ப பாஸ்போட் துலைஞ்சு போச்சுதாம். அவன் பாஸ்போட்டத் தேடி எடுக்கிறத்துக்குள்ள நானே துலைஞ்சுபோவன் போல.

எங்கேயோ தொடங்கி எங்கேயோ வந்திட்டனாக்கும்.

பொலிஸ் தடியன் இன்னும் நிக்கிறான். அவன் ஜேர்மனில கதைச்சா எங்களுக்கு விளங்குமோ? இவன் அறுப்பானுக்கு இங்கிலீசும் ஒழுங்காத் தெரியாது. தடக்கித் தடக்கி நம்பருகளைமட்டும் சொல்லுறான்.

நம்பர் 75 நானில்ல.

சுமதி உள்ளங்கையைப் பிரட்டிக் காட்ட, தலை சூரன் ஆட்டினமாதிரி ஆடிற்று. அவளின்ர கையை இழுத்துக்கொண்டு போறான்.

காலம எட்டு மணிக்கே வந்திட்டாங்க. ஒரு தமிழரும் வந்தார். அவன் தடியன் சொன்னத அவர் தமிழில் சொன்னார். ஒவ்வொருத்தரா கூப்பிட்டு விசாரிக்கப்போயினமாம். தமிழருக்கும் சிரிப்புக் கொஞ்சம் வாங்கித்தான் ஒட்டவேணும்.

பொலிசுக்காரன் எங்களில ஒருத்தி மொழிபெயர்ப்பாளன்.

“எந்த நாட்டுக்குள்ளால வந்தனியள்?”

“தெரியாது.”

“உங்கட பாஸ்போட்டு எங்க?”

“ஏஜென்சி பறிச்சுப்போட்டான்.”

"நீங்கள் ஆறு பொம்பிளையள். ஒரேயடியா வந்திருக்கிறியள். ஏதேன் இயக்கத்தைச் சேந்தனியளோ?"

"இல்ல. இயக்கம் எண்டா எங்களுக்குப் பயம். ஆமிக்குப் பயம். வீடெல்லாம் உடைச்சுக் போட்டாங்கள். நான் நிறைய நாள் ஜெயிலுக்குள்ள இருந்தனான். அங்க பொம்பிளையளை பலாத்காரம் செய்யினம். எங்கட உயிருக்கு ஆபத்து. அதுதான் வந்தனான்."

"நான் கேக்கிற கேள்விக்கு மாத்திரம் பதில் சொன்னாக் காணும். இப்ப நான் ஐந்து படங்களைக் காட்டுவன். அதில உங்கட ஏஜென்ற் இருக்கிறாரோ எண்டு சொல்ல வேணும்."

எங்களப் பற்றி உங்களுக்கு என்னதான் தெரியும்? எங்களுக்கு சொந்தமில்லாத நாடுகள் நிறைய. எங்கள நாடோடிகளெண்டும் சொல்லலாமோ? நாங்கள் பண்டங்கள் மாதிரி. .பண்டங்களையும் பணங்களையும் ஏஜென்சீற்றைக் குடுப்பினம். ஏஜென்சி கொழும்பில பணத்த வச்சுக்கொண்டு எங்கள அடியாக்களிட்ட மாத்தி மாத்திக் குடுப்பினம். வெள்ளைக்காரங்கள், கறுப்புக் காரங்கள், தமிழ்க்காரங்கள், சிங்களக்காரங்கள், வங்காளக்காரங்கள்.

அண்ணாக்களின்ர சினேகிதர்மார் வீட்டுக்கு வந்திருந்தால் தேத்தண்ணி கொண்டுபோய்க் குடுக்கவே கை நடுங்கும் எங்களுக்கு. சின்னச் சின்னக் கிராமங்களிலயிருந்து நகரமே தெரியாமல் வளர்ந்தனாங்கள். இப்ப கொழும்பு லொஜ்சுகள், பாங்கொக், மொஸ்கோ விமானநிலையங்கள், போலந்துக் காடுகள், நதிகள், ஐரோப்பியச் சிறையள் எல்லாத்துக்கும் எங்கட கதையள் தெரியும். எங்களுக்கெண்டு ஒரு சொந்த வீடு இருக்கவேணு மெண்டு ஆசைப்பட்டம். எங்களுக்கெண்டு இருந்த ஒரே ஒரு சொத்தான சொந்தங்கள்கூட இப்ப இல்ல.

கொஞ்சம் பொறுங்கோ. எனக்குச் சரியாத் தலை சுத்திது. களைக்கிது. ஒழுங்காச் சாப்பிட்டு எத்தினை நாளாச்சு? மத்தியானம் ரண்டு துண்டு பாண். ஒரு சின்னப் பால் தேத்தண்ணி எண்டு சொல்லிப் பாத்தம். பச்சத்தண்ணிகூட இல்ல. உடம்பெல்லாம் சரியாக் குளிருது. போர்வகூட இல்ல. நாங்கள் ராத்திரி பிடிபடேக்க வெளியால சரியான சினோ.

எங்களில ஒருத்தி, பொலிசுக்காரன், மொழிபெயர்ப்பாளன்.

"ஏன் நடுங்கிக்கொண்டு இருக்கிறியள்? உண்மையச்

சொல்லீட்டிங்களெண்டாப் பிரச்சினையில்ல."

"குளிருது. சப்பாத்து இல்ல. சொக்ஸ்சுகள்கூட ஈரமாப்போச்சு."

"எங்க சப்பாத்து?"

"ஏஜென்சி களட்டி எறியச்சொல்ல ஒரு காட்டுக்குள்ள எறிஞ்சிட்டம்."

"அது எந்த நாடு எண்டு தெரியுமோ?"

"தெரியாது."

"எங்கள விசரர் எண்டு மட்டும் நினைக்கவேண்டாம். ஏன் தெரியாது? பயணம் செய்யேக்க எந்த நாட்டுக்குப் போறம் ஏதால போறம் எண்டு அறிஞ்சுவைச்சிருக்கிறேல்லையா?"

"எங்கட ஏஜென்சியோட அப்பிடியெல்லாம் கதைக்கேலாது. பெடியள் கொஞ்சப்பேர் கேட்டதுக்கு அடிச்சுப்போட்டாங்கள்."

"நீங்கள் பிடிபடுறத்துக்கு முதல் ஒரு வாகனத்தில வந்ததுதானே இறங்கியிருப்பியள். அது என்ன வாகனம். அதை ஓட்டி வந்தது ஆர் எண்டு சொல்ல முடியுமோ? "

"அது ஒரு கார். வெள்ளைக்காரர்தான் ஓட்டிவந்தவர்."

"அது ரக்ஸியோ? காரோ என்ன நிறம்?"

"தெரியாது."

எங்களப்பற்றி நாளுக்கு நாள் கேள்விப்படுறியளல்லோ? நாங்கள் வாற வழியளிலேயே செத்துப்போறம். வந்து சேர்ந்தாலும் திருப்பி அனுப்புறாங்கள். பொலிஸ்காரர் மட்டுமில்ல. எங்கட மாப்பிள மாரும் ஏதோ வாற வழியில துலைஞ்சு போச்சுதாம். எனக்கு மறதி நிறைய. துலைஞ்சு போறதின்ர முதல் எழுத்து ஏதோ 'க'வில தொடங்குது. மாதக்கணக்கா காடுகளிலையும் சின்னச் சின்ன அறையளிலையும் கிடந்து வேதனைப்படுறம். இதுகள் எல்லாம் என்னத்துக்கு? நீங்கள் வந்து பதினஞ்சு வரியங்கள். எங்களுக்காக என்ன செய்யிறியள்? ஒரு ஊர்வலம் வச்சனியளோ? பொலிசுக் காரரோட சண்ட போட்டனியளோ? உங்கட சோசல் காசு கிடைக்காமல் போனாலுமெண்டு அரசாங்கத்த எதிர்க்க மாட்டியள்.

தடியன் பொலிசுக்காரன் திரும்பவும் வந்திட்டான்.

இப்ப இவன் சொன்னது என்ர நம்பர். எட்டாம் நம்பர் எனக்குப் பொருத்தமே இல்ல. நான் கையக் காட்டினன். அவன் இறுக்கிப் பிடிச்சான். கைய இல்ல. தோள. இவன்ர பிடியில இருந்து தப்ப ஏலாது. இவனை நான் எதிர்க்கவும் ஏலாது. பிறகு தஞ்சம்

தரமாட்டடங்களல்லே. நாங்கள் பதினொரு மாதங்களா எத்தினை கஸ்ரப்பட்டம். அதுக்கெல்லாம் இனி விடிவு கிடைக்குமே? அவன்ர சப்பாத்து தொப் தொப் எண்டு கேட்கிது. நான் முன்னுக்கு ஒரு கோழிக் குஞ்சுமாதிரி நடக்கிறன்.

பொலிசுக்காரன், எங்களில ஒருத்தி, மொழிபெயர்ப்பாளன்.

......

"எங்கட உயிருக்கு ஆபத்து. திருப்பி அனுப்பினா கொல்லிப்போடுவினம். என்ர அண்ணர் ஒருத்தர் இன்னும் ஜெயிலுக்க இருக்கிறார். தம்பியைப் புலியள் பிடிச்சுக்கொண்டு போட்டினம். எனக்குத் தஞ்சம் தாருங்கோ. திருப்பி அனுப்பிப் போடாதேங்கோ.

"நாங்கள் கேட்கிற கேள்விகளுக்கு மட்டும்தான் பதில் சொல்ல வேணும். நீங்கள் போலந்துக்குள்ளால தான் வந்தனியளெண்டு எங்களுக்குத் தெரியும். அதனால அங்க எத்தினை நாள் நிண்டனியள் எண்டு சொல்லுங்கோ."

"நீங்கள் உண்மையைச் சொல்லீட்டால் எல்லாருக்கும் உதவியாக இருக்கும்."

"எனக்கு ஒண்டும் தெரியாது. நான் இவ்வளவு நேரமும் சொன்னது உண்மைதான். எங்கட உயிருக்கு ஆபத்து. திருப்பி மட்டும் அனுப்பவேண்டாம்."

எங்களப் பற்றி உங்களுக்கு நிறையத் தெரியும்தானே. எனக்குத் தலையெல்லாம் சுத்திது. எந்தக் காடு எண்டு தெரியாது. நாங்கள் நடந்துகொண்டிருக்கிறம். சுமதிக்குப் பொக்கிளிப்பான். நேற்று அவள் திடீரெண்டு மயங்கி விழுந்திட்டாள். பிறகு எழும்பவே யில்ல. அவள விட்டிட்டுத்தான் போறம். எஜென்சிய இனி நாங்கள் எங்க கண்டுபிடிக்கிறது?

பி.கு.

நீங்கள் இதுவரை காலமும் என்ன செய்தியளெண்டு எனக்குத் தெரியாது. சில நேரம் ஒரு கதை அல்லது ஒரு கவிதை எழுதியிருப்பியள். மிஞ்சி மிஞ்சிப் போனால் ஒரு கூட்டம் வைச்சிருப்பியள். உங்களுக்குத்தான் நேரம்போறது தெரியாதே. கள்ளுக்குடிக்கிறவங்கள்தான் சில விசயங்களைக் கதைக்கலா மெண்டு அடிபட்டுக்கொண்டும், விமரிசனங்களுக்கெல்லாம் எப்பிடி சாட்டயடி போடலாம் எண்டு பக்கங்கள் கிழிச்செறிஞ்சு

கொண்டும் உங்கடை கண்ண நீங்களே தோண்டியெடுத்திட்டு அதுக்குப் பிறகு நவீனமாப் பாக்கலாமென்டும் நம்பிக் கொண்டும்....இன்னுமின்னும்...

ஒண்டு சொல்லுறன் கேளுங்கோ.

ஒவ்வொருத்தரும் உங்கடை வீடுகளில மெழுகுவர்த்தி கொழுத்திவையுங்கோ. Rudies Reste Rampe எண்டு ஒரு கடை இருக்கு. அங்க பெரிய அழகானதுகள் நல்ல மலிவில வேண்டலாம். இது ஜேர்மனியில இருக்கிற ஆக்களுக்கு மட்டும்தான். ஒவ்வொரு நாடுகளிலையும் உப்பிடி வேற பேரில இருக்கும். மெழுகுவர்த்தி இந்த வின்ரர் நேரத்தில நல்ல romantic ஆக இருக்கும். அதுக்குப் பிறகு அது கொஞ்சம் கொஞ்சமா உருகிறத பாத்து ரசியுங்கோ. ஏலாட்டி அழுங்கோ. இது முதலக் கண்ணீர் இல்லையெண்டு விவாதிக்கலாம். எழுதலாம். கடைசியா மெழுகிவர்த்தி செத்துப்போச்சு எண்டு கண்ணீர் அஞ்சலி அடிச்சு வெளியிடுங்கோ. மிகச் சிறப்பாய் இருக்கும்.

(1999 யேர்மனி) நன்றி: தோற்றுத்தான் போவோமா 1999, பிறான்ஸ்)

கனவுச் சுரங்கம்

ஒரு நிமிடம் உங்கள் விழிக்கோதுகளால் கருவட்டத் தீயை மெதுவாக அணைத்துக்கொள்ளுங்கள். மனவிழிகளை மட்டும் லேசாகத் திறந்து வையுங்கள்.

இதோ இங்கே நிற்பவள்தான் சித்தவி. இவளைப் பற்றி என்னவென்று சொல்வது?

எல்லாக் காலங்களையும் தன்னுள் கட்டிப்போடும் புத்தியும், அண்டவெளியெங்கும் ஒளி பாய்ச்சும் சக்தியும் கொண்டவள். ஒரு நொடியும் ஓயாது உழைத்துக்கொண்டிருப்பவள்.

அவள் உடலின் முடி மஞ்சள் நிறத்தால் தோய்ந்தும், வாலும் பின் கழுத்தும் மெல்லிய நீலத்தால் வருடப்பட்டுமுள்ளன. பனிக்கால முடிவில் துளிர்க்கும் இளம் பச்சை அவள் காதுகளும் குளம்புகளும் அள்ளிவைத்துள்ளன. ஒவ்வொரு முடியும் ஆரோக்கியத்துடன் வழுவழுத்து மினுங்கிக்கொண்டிருக்கின்றன.

அண்டவெளியெங்கும் சுற்றிவரும் இந்த அதிசயப் பெண்ணுக்கு நான் வைத்த பெயர் என்ன தெரியுமா? சித்தவி. இவள் அண்ட வெளியின் அமைதியைக் குலைத்துவிடும் ஒரு கலகக்காரி!

எங்கிருந்து வந்தாள்? யாரிவள்?

நானே மென்று விழுங்கிய காலங்களைத் திருப்பித் தரும்படி அகாலத்திடம் மண்டியிட்டு அலறிக்கொண்டிருந்தேன். எனக்குப் பறக்கும் சக்தி வேண்டுமென்று அந்த மேகங்களை நோக்கி ஒப்பாரி வைத்தேன்.

எதுவும் சாத்தியப்படவில்லை.

பூமித்தாய் என்னைப் பார்த்துச் சிரித்தபடியிருந்தாள்.

இயலாமை. ஆம். இந்த இயலாமையில்தான் அழுது குளற வேண்டியிருந்தது. காரியம் நிறைவேறவில்லை. உடலைத்

தளர்த்தினேன். மனதை அமைதிப்படுத்தினேன். அழுவதில் எந்தப் பயனுமில்லை. பூமித்தாயில் சாய்ந்துகொண்டேன்.

நீண்ட காலங்கள் உமிழப்பட்டு விட்டனவா தெரியவில்லை. ஒரு கணத்தில்தான் அந்த அற்புதம் நிகழ்ந்தது. முதலில் எதுவும் புரியவில்லை. எனக்குள் மெதுமெதுவாகச் சென்றாள். இதமாக இருந்தது. நான் மறுக்கவில்லை. பறக்கும் பனிப் பஞ்சு போலானேன். எங்கெல்லாம் பறந்தேன் என்று தெரியவில்லை. எத்தனை உருண்டைகள் சுற்றிவந்தேனேன்றும் கணக்கிட முடியவில்லை.

கைவிட்டுப்போன காலங்களும் கண்களுக்குள் மீண்டும் வந்ததுபோலான உணர்வு. என் தலைமுடி இடுக்குகளிலும், மூக்கு நுனியிலும், நகங்களுக்கும் சதைகளுக்குமுள்ள இடைவெளி களிலும், தலை உச்சியிலும், உள்ளங்கால்களிலும் இதுவரை உணராத ஒன்றை உணர்ந்தேன். அவளே என்னை எங்கெல்லாமோ கடத்திச் சென்றாள்.

இதோ அவளில் ஏறி அமர்கின்றேன். அவளுள் விரியும் உற்சாகத்தை என்னவென்று சொல்ல? அவளை பிடித்திருக்க ஒரு கயிறு தேவையில்லை. தன் உயிரை எடுத்து என்மீது கயிறாய் வீசுகின்றாள். அது ஒரு மாயக் கயிறு. அதுவே எந்தச் சக்தியாலும் அவளிலிருந்து என்னைப் பிரிக்க முடியாத பிணைப்பு.

வானத்து விண்மீன்கள் கண்களுக்குத் தெரியாத ஒரு பட்டப்பகலில் மார்புக்கும் மூக்குக்கும் இடையில் எழும் மெல்லிய ஓசையின் வாசம் போல் ஆரம்பமாகும். பின் பனிப் புயலாய் அதிகரிக்கும். பிறகென்ன உலக உருண்டை சுற்றும் வேகத்தையும் விடவும் அதிகமாகிவிடும்.

இப்போது நாம் மெலெழுந்து முகில்களையும் கடந்து வானத்தை நோக்கிச் செல்கின்றோம்.

முகிலுக்கு மேல் இன்னும் இன்னும் உயரத் தெரிகின்றதே அந்த வானம். அதை ஒரு முறை தொட்டுவிடவேண்டும் என்பது எனது ஆசை. எவ்வளவு வேகத்தில் சென்றும், எத்தனை காலங்கள் பயணித்தும், என்னால் இதுவரையில் வானத்தைத் தொடவே முடியவில்லை.

முகில்களைக் கடந்தோம். இப்போது அவளின் வேகம் அதிகமாகின்றது. நீல வாலின் நுனி மேலெழுந்து என் முதுகுப்புறத்தைச் தொட்டுச் செல்கின்றது. அவளது மஞ்சள் மேனியை மெதுவாக அணைத்தபடியுள்ளேன். என் மனம்

வானத்தைத் தொட ஆசைகொண்டலைவதை குருத்துப் பச்சைக் காதுகளின் வழியே மீண்டுமொருமுறை வழிய விடுகின்றேன்.

அதைக் கேட்டு அவள் சிரிக்கின்றாள். வயிறு குலுங்கக் குலுங்கச் சிரிக்கிறாள். நான் அதிர்ச்சியடைந்து, "எதற்காகச் சிரிக்கிறாய்?" என்று கேட்டேன்.

"உன்னை நான் தனித்துவமானவள் என்றல்லவோ நினைத்தேன். நீயும் ஏனைய உலக மனிதர்களைப் போன்றே சிந்திக்கிறாயே." என்றாள்.

"எனக்குப் புரியவில்லை. நான் வித்தியாசமானவள். பூமியில் இருப்பவர்கள் வானத்தைப் பார்த்து படம் வரைபவர்கள். கவிதை எழுதுபவர்கள். அல்லது ஒரு றொக்கட்டை அனுப்புவார்கள். ஆனால் அவர்களெல்லாம் என்னைப் போல் வானத்தைத் தொட முயலாதவர்கள்." என்றேன்.

சித்தவியின் சிரிப்பு பலமாகிப் பலமாகி அங்கிருந்த அத்தனை கோள்களையும் சிவக்கவைத்தது. எனக்கு எதுவுமே புரியவில்லை. அவளை இன்னும் இறுகக் கட்டியணைத்துக்கொண்டபடி,

"எதற்காக மீண்டும் சிரிக்கிறாய்?" எனக் கேட்டேன்.

வானத்தை நோக்கி ஆ...வென்று அதிசயித்து நிற்பவர்கள்...

வானத்தைத் தொட முயன்று தோற்றுப் போனவர்கள்...

வானத்தைத் தொட இன்னும் முயன்றுகொண்டிருப்பவர்கள்.

எத்தனை எத்தனை மனிதர்களைப் பார்த்திருக்கின்றேன். அதோ அங்கே பார். நீ எங்கிருந்து வந்தாயோ அந்தப் பூமி பிறப்பதற்கு முன், இங்கிருக்கும் கோள்கள் முளைத்த காலத்திலிருந்தே இந்த வானம் உயிர்த்தது. எத்தனை ஆண்டு காலங்களாய் மனிதர்களும் வானத்தைப் பற்றிய கனவில் வாழ்கின்றார்கள்? அவர்கள் கண்டு பிடிக்கவில்லை. முயலவில்லை என்பதெல்லாம் உன்னைப் போன்ற மனிதர்கள் கூறும் பேச்சா? நீ ஏதாவது புதிதாக யோசி. ஏற்கனவே கூறியதை மீண்டும் கூறி என்னைப் புழுத்த சிரிப்பிற்கு ஆளாக்கிவிடாதே."

சித்தவிக்குக் கோபம் வந்தாலும் சகிக்கலாம். ரசிக்கலாம். கோபம் வந்தால் என்ன செய்வாள் தெரியுமா? இன்னும் வேகத்தைக் கூட்டி ஏதாவது ஒரு கோளைச் சுற்றிச் சவாரி வருவாள். அது எனக்கு எந்த அச்சத்தையும் தராது. ஏனெனில் கோபம் ஒருநாள் தணியும். உண்மையைச் சொன்னால் சித்தவி கோபமடைந்தால் அது எனது வயிற்றை நோகவைக்கும். அவ்வளவுதான்.

ஆனால்... ஆனால்... அவளது புழுத்த சிரிப்பைத்தான் என்னால் தாங்க முடியாது. அது என்னை அவமானத்திற்குள்ளாக்கியது. தேடல்களேயற்ற அறிவு மங்கிய மனிசியாக உணரவைத்தது. அந்த அவமானம் தாங்கமுடியாது நான் அமைதியானேன்.

புதிசு. புதிசு. புதிசு.

புதிசை எப்படித் தேடுவது?

வானம்.

அதற்குமேல் என்ன இருக்கின்றது?

வானத்தை விட என்ன எல்லை இருக்கமுடியும்?

எனக்குள் கேள்விகள் புழுத்துப் கொட்டிக்கொண்டிருந்தன. ஆனால் எதையும் புதிதாகக் கண்டுபிடிக்கவே முடியவில்லை.

மனிதர்களோ, மிருகங்களோ, பறவைகளோ அற்ற ஒரு கோளில் நாம் ஓய்வெடுப்பதற்காக எமது பயணத்தை இடைநிறுத்தியிருந்தோம். ஓய்வென்பது எனக்குத்தான். அவளுக்கல்ல. நான் கை கால்களை நீட்டி இழுத்து அழுத்திக்கொண்டிருக்கும்போது அவள் ஆழ்ந்த சிந்தனையில் இருந்தாள். என்னை மனதிற்குள் நினைத்துக் கேலி செய்வாளோ என்கின்ற எண்ணத்தில் அவளின் சிந்தனையைத் திசைதிருப்பக் கதைகொடுத்தேன்.

"கனவு என்றால் என்னவென்று உனக்குத் தெரியுமா?"

அவளோ விழுந்து விழுந்து சிரிக்கத் தொடங்கிவிட்டாள். அருகில் இருந்த நிலா அதிர்ந்துபோய்விட்டது. சித்தவி சிரித்த சிரிப்பில் பூமி கூட சுற்றுவதை நிறுத்தியிருக்குமா? எனது காதுகள் வெடித்துவிடும்போல் இருந்தன.

"உன்னைப் பற்றியே நீ அறியாமல் இருக்கின்றாயே." சித்தவி சிரிப்பை நிறுத்திக் கோபப்படுவதுபோன்று பாவனைசெய்தாள். பின்னர் உண்மையிலேயே எனது வயிறு எரியும் வரையில் கோபப்பட்டாள்.

"பூமித்தாயின் கனவுகள்தான் ஒவ்வொரு மனிதர்களும் என்பது உனக்குத் தெரியாதா?"

சித்தவி சொன்னபோது நான் அதிர்ந்துபோனேன். அதன் பின்னர் நான் பல நாட்களாக அவளுடன் எதுவும் பேசவில்லை. அவளை இறுக்கக் கட்டியணைத்தபடி முதுகில் படுத்திருந்தேன். நீண்ட காலங்களாய் பயணம் செய்தோம். விண்மீன்களை அண்மித்த நேரங்களில் அவள் மஞ்சள் நிற மேனி விண்மீன்களை விடவே பிரகாசமாக ஒளிர்ந்தது. கண்கள் கூசின. இறுக்கி மூடியபடி

அவளைக் கட்டியணைத்தவாறு தொடர்ந்த பயணத்தில் கனவுகள் பற்றியே சிந்தனை வளர்ந்தது.

“கனவுகள் நிரந்தரமல்ல. எனக்கு அது கவலையாக இருக்கின்றது என்றேன்.” திடீரென.

அதற்கு அவள் நிதானமாகிச் சென்னாள். ”இந்த விண்மீன்கள் எத்தனை கோடி ஆண்டுகளாக மிளிர்கின்றன. அவை ஒரு நாள் சிதறிப்போகும். அதற்காக அவைகள் மிளிராமல் இருக்கின்றவா? கவலை என்பது மனிதரின் வியாதி. குட்டிக் கனவுகள். நீண்ட கனவுகள். எதுவாயினும் ஒருநாள் இறந்துபோகும். அது இயற்கை.

“.........”

“ஆனால் கனவுகள் குட்டிபோடும். கனவுகளுக்கு என்றுமே மரணம் நிரந்தரமல்ல என்பதைப் புரிந்துகொள்.” என்றாள்.

எமது சவாரி தொடர்ந்தது. திசையை நானே தெரிவுசெய்தேன். அங்கு ஏதாவது புதிதாகக் கிடைத்தால் அதைச் சித்தவியிடம் ஒப்படைத்து என் தன்மானத்தைக் காத்துக்கொள்ளவேண்டும்.

சூரியனைக் கடந்து செல்கையில் அவள் தனது மஞ்சள் வர்ணத்தினால் என்னைப் போர்த்திவைத்திருந்தாள். இவ்வாறு தான் நான் எரிந்து பொசுங்கிவிடுவேன் என்று என்றுமே அண்மிக்க முடியாது என்றெண்ணிய எத்தனையோ அதிசயங்களை எனக்குக் காட்டினாள். அவளின் மென்முடியின் முதுகில் உறங்கிப்போயும் விழித்தும் நாட்கள் மாதங்கள் வருடங்களாகப் பயணித்தன.

ஒரு நாள் என் வயிறு பற்றி எரிவதான உணர்வில் திடுக்கிட்டெழுந்தேன். அவள் மிகுந்த கோபத்துடன் ஒரு இடத்தில் நின்றிருந்தாள். நிறுத்தியதற்கான காரணத்தைக் கேட்டபோது அவள் கோபம் அதிகமாகியது.

“இத்தனை காலமும் நான் சாவரி செய்கிறேன். உனக்குப் போதும். நாம் இனித் திரும்பலாம் என்கின்ற எண்ணம் ஒருபோதும் ஏற்பட்டவில்லை. அதுதான் எனக்குக் கெட்டகோபம் வருகிறது.” என்றாள்.

எனக்கும் கோபம் வந்துவிட, “நான் கண்களை மூடியிருந்தேன். அந்த ஒரு கணத்தில் எனக்குள் ஒரு மஞ்சள் வர்ணக் கனவுபோல் அதிசயமாய் வந்தாய். என்னை எங்கெங்கோ எடுத்துச் சென்றாய். நான் ஒன்றும் விண்மீனோ அல்லது உன்னைப்போல் மிருகமோ அல்ல. நான் ஆசைகள் நிரம்பிய ஒரு மனிதப் பிறப்பு. அவ்வளவுதான்.” என்றேன்.

சித்தவி ஒன்றும் சொல்லவில்லை. தொடர்ந்த விவாதங்கள் எனக்கும் அவளுக்குமான பிணைப்பை அசிங்கப்படுத்துவதாகவே இருக்கும். அல்லது என்னைப்போன்ற மனிதர்களுடன் விவாதித்துப் பலனில்லை என்று நினைத்தாளோ தெரியவில்லை. அதன் பின்னர் மௌனம் நீண்டுகொண்டே போனது.

சித்தவி சொன்னது சரி என்று எனக்குத் தெரியும். என்னைப்போல் மனிதர்கள் எல்லோரும் இப்படித்தான். கிடைக்கும் வரை கேள்வியின்றி அனுபவிக்கும் ஆசை கொண்டவர்கள். போதும் என்கின்ற மனம் யாருக்கு இருக்கின்றது? நானும் வெட்கம்கெட்ட மனித இனம்தானே. எனக்குள் சாட்டுத்தேடி சமாதானமும் அடைகின்றேன். சித்தவியிடம் ஒப்புக்கொள்ள மறுக்கின்றது மனம். ஆனால் அவளை மிருகமென்று சுட்டிக்காட்டியிருக்கக்கூடாது.

ஒப்புக்கொள்ளாத மனித மனத்தோடு இப்போது சுற்றுப்புறம் முழுவதும் கண்களை விரித்துப் பார்க்கின்றேன். அங்கே வெளிகளே தெரிகின்றன. இத்தனை ஆண்டுகள் பயணித்தும் வானம் தூரவே தெரிகின்றதே. அப்போது வானம் என்பதே என்ன? எனது வாழ்நாள் முழுவதும் விரிந்த ஆசைகள் வானத்தை முத்தமிடவேண்டுமென்பதுதான். வானத்தைத் தொட இன்னும் எவ்வளவு காலம் பயணிக்கவேண்டும்?

சுற்றிச் சுற்றி எத்தனை வருடங்களாக ஓடியிருக்கிறோம். பூமியிலிருந்து எல்லாத் திசைகளுக்கும் ஓடிக் களைத்தாலும் இந்த வெளிமட்டும் ஒரே மாதிரியே தெரிகின்றது.

நான் குழம்பி, புரண்டு கிடந்து அழுது, பின் ஏமாற்றத்தால் கண்ணீர் வடித்துக்கொண்டிருக்கையில் சித்தவி என்னைத் தன் நாக்கால் தடவிவிட்டவாறு சொன்னாள்

"சென்ற வருடம் நாம் இதே போன்ற ஒரு இடத்தில் நின்றிருந்தோம். நாளை இன்னொரு இடம். அனைத்தும் பார்வைக்கு வித்தியாச மற்றே தெரியும். இன்னும் பத்துவருடங்கள் நாம் பயணித்தாலும் இந்த அண்டவெளி எல்லாமே இதே போலத்தான் உனக்குக் காட்சியளிக்கும். நான் கோடி வருடங்களாகப் பயணிப்பவள்."

சித்தவி கூறி முடிக்குமுன்னரே எனக்குப் புரிந்துவிட்டது. இதோ இங்குள்ள வெளிகளை அள்ளி நான் முத்தமிடுகிறேன். நான் வானத்தை முத்தமிடுகிறேன் என்று உரத்துக் கத்துகின்றேன். சித்தவிக்கு மேல் தாவி ஏறி வானத்துள் புகுந்து விளையாடுகின்றேன்.

இடாவேணி

நிறமில்லாத வெளியையும், எல்லையில்லா ஒளியையும், சுதந்திரத்தின் வாசத்தையும் விட்டு விலக மனமில்லை.

சித்தவி "நீ இப்போதுதான் புது மனுசி. நீ நினைத்தால் உன்னருகில் எப்போதும் வானம் இருக்கும்." என்றாள்.

பிரிய மனமில்லாத மனதை மெதுவாகத் தூக்கி எடுத்து அங்கிருந்து திரும்பினோம். வரும் வழியில் நான் சித்தவியிடம் "பூமிக்குச் சென்று எல்லோருக்கும் எனது வானம் பற்றிய அனுபவத்தைச் சொல்லப் போகின்றேன்." என்று சொன்னேன்.

"நீ வானத்தைக் கண்டது உனது தனி அனுபவம். நீ சொல்வதைத் தேடல் உள்ள எந்த மனிதர்களும் நம்ப மாட்டார்கள். அவர்களே தங்கள் வானங்களை கண்டு கொள்ளட்டும்." என்றாள்.

புழுகத்தைத் தாங்க முடியாது பூமிக்குள்ளே சென்று கொதி மலைகளையும் நீர் வெளிகளையும் தரிசித்து வந்தோம். நாம் எந்த இரகசியத்தையும் எவரிடமும் சொல்லவில்லை.

வானத்தைப் பார்த்து படம் வரைபவர்கள்... வானம் பற்றிக் கவிதைகள் எழுதுபவர்கள். றொக்கட்டில் செல்லும் ஆசை களோடு காத்திருப்பவர்கள்...

வானத்தைத் தேடிச் செல்லும் சிலர்... இவர்களில் யார் யார் வானத்தைக் கண்டுகொண்டார்கள்?

(14.06.2016, ஸ்காபுறோ, கனடா)